ജൈവവൈവിധ്യം
വന്യജീവികളുടെ ലോകം

jaivavaividhyam vanyajeevikalude lokam

•

p p k pothuval

•

first edition
may 2011

•

second edition
march 2017

•

typesetting
megha

•

published
chintha publishers, thiruvananthapuram

•

cover
anas rashad

•

വിതരണം

ദേശാഭിമാനി ബുക്ക് ഹൗസ്

H O തിരുവനന്തപുരം–695 035
phone: 0471-2303026, 6063026
www.chinthapublishers.com
chinthapublishers@gmail.com

ബ്രാഞ്ചുകൾ

ഹെഡ്ഡാഫീസ് ബ്രാഞ്ച് കുന്നുകുഴി • സ്റ്റാച്യൂ തിരുവനന്തപുരം • കെ എസ് ആർ ടി സി ബസ് സ്റ്റേഷൻ ആലപ്പുഴ • കെ എസ് ആർ ടി സി ബസ് സ്റ്റേഷൻ എറണാകുളം • മച്ചിങ്ങൽ ലെയിൻ തൃശൂർ • ഐ ജി റോഡ് കോഴിക്കോട് • മാവൂർ റോഡ് കോഴിക്കോട് • എൻ ജി ഒ യൂണിയൻ ബിൽഡിങ് കണ്ണൂർ • സെൻട്രൽ ബസ് ടെർമിനൽ കോംപ്ലക്സ് താവക്കര കണ്ണൂർ

CR - VV. 92 / 1696 / 4312
ISBN - 978-81-26206-89-6

ജൈവവൈവിധ്യം
വന്യജീവികളുടെ ലോകം

പി പി കെ പൊതുവാൾ

ചിന്ത പബ്ലിഷേഴ്സ്
തിരുവനന്തപുരം-695 035

പി പി കെ പൊതുവാൾ

1946 ൽ കാസർകോട് ജില്ലയിലെ തൃക്കരിപ്പൂരിൽ ജനനം. അധ്യാപകൻ, ശാസ്ത്രസാഹിത്യപരിഷത്ത് പ്രവർത്തകൻ. പരിഭാഷകളടക്കം മുപ്പതിലേറെ കൃതികൾ രചിച്ചിട്ടുണ്ട്. വിജ്ഞാനസാഹിത്യത്തിനുള്ള സംസ്ഥാന-ബാലസാഹിത്യ അവാർഡ്, പി ടി ബി അവാർഡ്, ബെസ്റ്റ് പബ്ലിക് ഒബ്സർ വർ അവാർഡ്, സ്കൂൾ കുട്ടികളിലെ കാഴ്ചാവൈകല്യ ങ്ങളെക്കുറിച്ചു തയാറാക്കിയ പ്രോജക്ടിന് കേന്ദ്ര ആരോഗ്യ മന്ത്രാലയത്തിന്റെ പുരസ്കാരം എന്നിവ ലഭി ച്ചിട്ടുണ്ട്.

പ്രധാനകൃതികൾ: *പരിസ്ഥിതിക്കവിതയ്ക്ക് ഒരാമുഖം, പരി സ്ഥിതിബോധവും സംസ്കാരവും, ഭൂമിക്ക് ഒരവസരം നൽകൂ, ഡാർവിന്റെ ആത്മകഥ, ബയോടെക്നോളജിയുടെ ലോകം, ചാർളി ചാപ്ലിൻ, ജറാൾഡ് ഡ്യൂറലിന്റെ വനയാത്രകൾ, ഓർ മകളിൽ ഡാർവിൻ (പരിഭാഷ), ശാസ്ത്രം ശാസ്ത്രജ്ഞർ (പരിഭാഷ), അവശ്യമരുന്നുകളുടെ രാഷ്ട്രീയം (പരിഭാഷ).*

വിലാസം : തങ്കയം, തൃക്കരിപ്പൂർ പി ഒ
കാസർകോട് ജില്ല
പിൻ – 671 310
ഫോൺ – 9495343836

ഉള്ളടക്കം

1

എവിടെ നോക്കിയാലും ജൈവവൈവിധ്യം

നാം ജീവിക്കുന്ന ഈ ലോകത്തിൽ എത്രതരം ജീവികൾ ഉണ്ടാ കുമെന്നാണ് നിങ്ങളുടെ വിചാരം? ഏതാണ്ട് 3–3.5 കോടിയെങ്കിലും എല്ലാംകൂടി ഉണ്ടാവും എന്നാണ് ഒരു ഏകദേശകണക്ക്. സൂക്ഷ്മജീവി കൾതൊട്ട് വൻമരങ്ങളും സമുദ്രജീവികളും മനുഷ്യനും വരെയുള്ള എല്ലാ ത്തരം ജീവികളും ഇതിൽപ്പെടും. സൂക്ഷ്മജീവികളിൽത്തന്നെ ബാക്ടീരി യകളെക്കാൾ ലഘുഘടനയുള്ള മൈക്കോപ്ലാസ്മയുണ്ട്, വൈറസുണ്ട്, വെറും ജൈവകണികയെന്നു പറയാവുന്ന പ്രിയോണുകളുണ്ട്. പ്രൊട്ടി സ്റ്റുകൾ (Protists) എന്നുപറയുന്നത് സസ്യമോ ജന്തുവോ എന്ന് ഇനിയും കൃത്യമായി തീർച്ചപ്പെടുത്താനായിട്ടില്ലാത്തതരം ജീവികളാണ്. ആഴക്ക ടലിന്റെ അഗാധതയിലും അന്ധകാരത്തിലും ജീവലോകം സ്പന്ദിക്കു

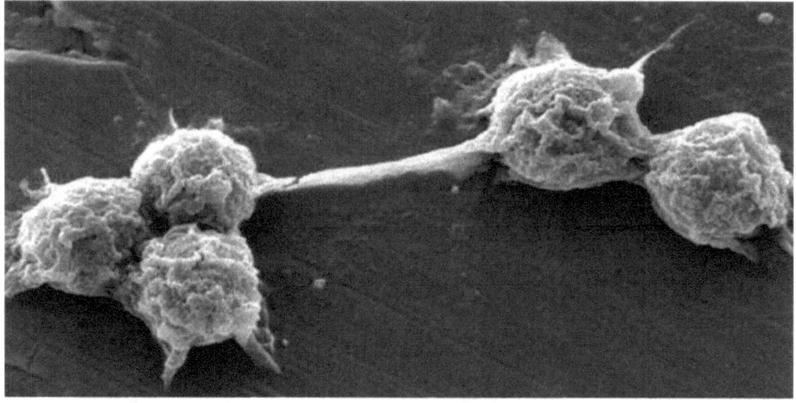

പ്രൊട്ടിസ്റ്റുകൾ

ചാൾസ് ഡാർവിൻ

ന്നു. അന്റാർട്ടിക്കയുടെ കൊടും തണുപ്പിലും അതു നിലനിൽക്കുന്നു. മരുഭൂമിയുടെ കൊടും ചുടുപോലും ജീവന്റെ നിലനിൽപ്പിനു തടസ്സമല്ല.

ബീഗിൾ യാത്ര എന്ന പുസ്തകത്തിൽ ഡാർവിൻ എഴുതിയ താണുശരി. ഈ ലോകത്തിൽ ജീവയോഗ്യമല്ലാത്തതായി ഒരു സ്ഥലവുമില്ല. ഉപ്പുതരികളും ഹിമക്കട്ടകളും അഗ്നിപർവത ഗർത്തങ്ങളുടെ ആഴങ്ങളും ആഴിയുടെ അഗാധവിശാലതയും അന്തരീക്ഷത്തിന്റെ മേൽത്തട്ടും

അത്യുഷ്ണം വഹിക്കുന്ന മരുഭൂമിയുമെല്ലാം നാനാതരം ജൈവരൂപങ്ങൾക്ക് ആശ്രയമരുളുന്നു. അതാണ് ജീവലോക മഹിമ!

ഇത്തരം വൈവിധ്യങ്ങളും വ്യത്യസ്തതകളും ഓരോ ആവാസവ്യവസ്ഥയ്ക്കും അതിജീവനശേഷിയും കരുത്തും സൗന്ദര്യവും നൽകുന്നു. നാനാത്വങ്ങൾക്കിടയിലും ഓരോ ആവാസവും അനേകമനേകം സമാനതകളും ദൃശ്യമാകുന്നതായിക്കാണാം. അഥവാ സമാനതകൾക്കിടയിലും അത്യത്ഭുതകരമായ വൈചിത്ര്യങ്ങൾ ഇവയിൽ നിറഞ്ഞുനിൽക്കുന്നു. ഏകത്വത്തിനിടയിലെ നാനാത്വം, നാനാത്വത്തിലെ ഏകത്വം – ഇതത്രെ ജീവമണ്ഡലത്തിന്റെ കരുത്തും ചൈതന്യവും. മനുഷ്യന്റെ കാര്യത്തന്നെ നോക്കൂ. അറുനൂറ്റി അറുപതുകോടിയോളമാളുകൾ ആണും പെണ്ണുമായി ഇവിടെ ജീവിക്കുന്നു. ഹോമോസാപിയൻസ് സാപിയൻസ് എന്ന് ഒരൊറ്റ സ്പീഷീസിൽപ്പെട്ടവരാണ് എല്ലാവരും. നീഗ്രോയും വെള്ളക്കാരനും ആര്യനും ദ്രാവിഡനും മംഗോളിയനും ഒരേ സ്പീഷീസ്! എസ്കിമോകളും മനുഷ്യർ, പിഗ്മികളും മനുഷ്യർ.

പക്ഷേ, ഓരോ വ്യക്തിയും തമ്മിൽ എന്തെന്തു വ്യത്യാസങ്ങൾ! ആകൃതിയിലും പ്രകൃതിയിലും സ്വഭാവങ്ങളിലും സർഗാത്മകതയിലും ഓരോ വ്യക്തിയും തമ്മിൽ വ്യത്യാസമുണ്ട്. ഒരേ വിരലടയാളം രണ്ടു പേർക്ക് ഉണ്ടാകുമോ? ഒരേപോലെ രണ്ടുപേർക്ക് ഒപ്പിടാൻ കഴിയുമോ? ഇല്ല. 'മുറിച്ചമുറി' എന്ന് സജാതീയ ഇരട്ടകളെക്കുറിച്ച് പറയാറില്ലേ? പക്ഷേ,

ON

THE ORIGIN OF SPECIES

BY MEANS OF NATURAL SELECTION,

OR THE

PRESERVATION OF FAVOURED RACES IN THE STRUGGLE
FOR LIFE.

By CHARLES DARWIN, M.A.,
FELLOW OF THE ROYAL, GEOLOGICAL, LINNEAN, ETC., SOCIETIES;
AUTHOR OF ' JOURNAL OF RESEARCHES DURING H. M. S. BEAGLE'S VOYAGE
ROUND THE WORLD.'

" But with regard to the material world, we can at least go so
far as this—we can perceive that events are brought about not by
insulated interpositions of Divine power, exerted in each particular
case, but by the establishment of general laws."

W. WHEWELL : *Bridgewater Treatise.*

" To conclude, therefore, let no man out of a weak conceit of
sobriety, or an ill-applied moderation, think or maintain, that a
man can search too far or be too well studied in the book of God's
word, or in the book of God's works; divinity or philosophy; but
rather let men endeavour an endless progress or proficience in both."

BACON : *Advancement of Learning.*

Down, Bromley, Kent,
October 1st, 1859.

LONDON:
JOHN MURRAY, ALBEMARLE STREET.
1859.

The right of Translation is reserved.

ഒറിജിൻ ഓഫ് സ്പീഷീസിന്റെ ആദ്യ പതിപ്പ്

ഈ തനിപ്പകർപ്പുകൾ തമ്മിൽപ്പോലും സൂക്ഷ്മനിരീക്ഷണത്തിൽ വ്യ
ത്യാസം കണ്ടെത്താനാകും. ഇതെല്ലാം ഇങ്ങനെയായിരിക്കെത്തന്നെ
രണ്ടു വ്യക്തികൾ തമ്മിൽ അനേകം സമാനതകൾ നിലനിൽക്കുന്നു.
ഓരോ ജീവിവർഗത്തിനും ചില പൊതുസ്വഭാവങ്ങൾ ഉണ്ട്. എല്ലാ പൂമ്പാറ്റ
കളും ഒറ്റനോട്ടത്തിൽ ഒരുപോലെ. എല്ലാ മാവും ഒരുപോലെ. എന്നാൽ ഒരു
മാങ്ങപോലും അതേ മാവിൽ കായ്ച്ചു മറ്റൊരു മാങ്ങ പോലെയല്ല, തീർച്ച.

ഏതാണ്ട് ഒരുലക്ഷത്തിഅറുപതിനായിരം വർഷംമുമ്പ് ആഫ്രിക്ക
യിൽ പിറന്ന ഒരു ആദിമാതാവിന്റെ സന്തതിപരമ്പരകളാണ് ഇന്ന് ജീവി
ക്കുന്ന 660 കോടി മനുഷ്യരും എന്ന് ഡി എൻ എ പഠനങ്ങൾ വ്യക്തമാ
ക്കിയിട്ടുണ്ട്. ആ മാതാവിന്റെ അനന്തരതലമുറകൾ ലോകം മുഴുക്കെ
പടരുകയായിരുന്നു. അതുകൊണ്ട് എല്ലാവരുടെ ഞരമ്പുകളിലും ഈ
മാതൃരക്തമാണ് പ്രവഹിക്കുന്നത്. ജാതി-മത-വർണ-വർഗ വിവേചന
ങ്ങൾക്ക് അതീതമായി ഈ 660 കോടിയാളുകളും സ്ത്രീപുരുഷഭേദമ
ന്യേ, ഒരേ പൊതുസ്വഭാവങ്ങൾ പങ്കുവെക്കുന്നു. നമ്മുടെ വിചാരങ്ങളും
വികാരങ്ങളും ആഗ്രഹങ്ങളും അടിസ്ഥാനാവശ്യങ്ങളും സമാനമാണ്.

വ്യത്യാസങ്ങൾക്കും വൈവിധ്യങ്ങൾക്കുമിടയിലെ ഈ സമാനത
കൾ മനുഷ്യനും മറ്റുജീവികൾക്കുമിടയിലും നിലനിൽക്കുന്നു. എല്ലാ

ജൈവരൂപങ്ങളെയും ഏകത്വത്തിന്റെ ഒരു കാണാച്ചരട് പരസ്പരം ബന്ധിപ്പിക്കുന്നു. മനുഷ്യനിൽനിന്ന് ഏറ്റവും അടിത്തട്ടിലെ ലഘുഘടന യുള്ള സൂക്ഷ്മജീവി ലോകംവരെ അതു നീണ്ടുപോകുന്നു. അഥവാ ലഘുഘടനമാത്രം ഉണ്ടായിരുന്ന ഈ സൂക്ഷ്മരൂപികൾ കോടാനുകോടി വർഷങ്ങളിലൂടെയുള്ള മാറ്റങ്ങൾ വഴി ഇന്നത്തെ വൈവിധ്യമാർന്ന ജൈവ രൂപങ്ങളായി പരിണമിച്ചു. *ഒറിജിൻ ഓഫ് സ്പീഷീസ്* എന്ന തന്റെ വിശ്രുത ഗ്രന്ഥത്തിൽ മഹാനായ ചാൾസ് ഡാർവിൻ ഇത് ശാസ്ത്രീയ മായി വിശദീകരിച്ചിട്ടുണ്ട്. ഒരേതരം ജനിതകതന്മാത്രകൾ തന്നെ എല്ലാ ജൈവരൂപങ്ങളും പങ്കുവയ്ക്കുന്നു. അങ്ങനെ വൈവിധ്യങ്ങളാൽ അതി സങ്കീർണവും അത്യന്തം സുന്ദരവുമായ ഈ ജൈവരൂപങ്ങൾ ഒരേ ജീവന്റെ ഭിന്നരൂപങ്ങൾ മാത്രമാണെന്നു വ്യക്തമാവുന്നു.

ജീവന്റെ പരിണാമവും വൈവിധ്യവൽക്കരണവും സൃഷ്ട്യന്മുഖ പ്രവർത്തനം മാത്രമായിരുന്നില്ല. പുതിയതരം ജീവിവർഗങ്ങളുടെ ആവിർ ഭാവം ചിലതരം ജൈവരൂപങ്ങളുടെയെല്ലാം നാശംവഴിയാണ് ഉണ്ടായത്. വ്യക്തിയെപ്പോലെ ജീവജാതികൾക്കും ആയുസുണ്ട്. ആയുസ്സ് തീർന്നാൽ അവ അപ്രത്യക്ഷമാകും. അതോടൊപ്പം പ്രകൃതിക്ഷോഭങ്ങൾ, ഉൽക്കാ പതനം പോലുള്ള വൻ ആഘാതങ്ങൾ, ഹിമയുഗങ്ങളുടെ പ്രഭാവം എന്നിവ വഴി തിരോധാനം ചെയ്യേണ്ടിവന്ന ജീവികളുമുണ്ട്. ചുരുങ്ങിയ പക്ഷം അഞ്ചു ഹിമയുഗങ്ങളിലൂടെയെങ്കിലും ജീവൻ കടന്നുപോയിട്ടു ണ്ടെന്നാണ് പറയുന്നത്. പരിണാമനാടകം ആരംഭിച്ചശേഷം ഈ രീതി യിൽ അരങ്ങൊഴിഞ്ഞ് അപ്രത്യക്ഷമായ ജീവിവർഗങ്ങളുടെ എണ്ണം എത്രയാണെന്നോ, അരങ്ങിൽ ആടിയവയുടെ ഏതാണ്ട് 98 ശതമാനം! ബാക്കിവന്ന 15–20 ലക്ഷമാണ് ഇന്നത്തെ ജൈവവൈവിധ്യമായി മാറി യത്. ജീവിതസമരത്തിലെ എല്ലാ പ്രതിബന്ധങ്ങളെയും അതിജീവിച്ച് നിലനിൽക്കുന്നവയുടെ പരമ്പരകളാണിവ. ഇങ്ങനെ രൂപംകൊണ്ടതത്രേ ഇക്കാണുന്ന ജൈവലോകം.

നോക്കൂ, ജൈവസമ്പത്തുകൊണ്ട്, അതിന്റെ നാനാത്വംകൊണ്ട്, ഈ നാനാത്വത്തിലെ ഏകത്വംകൊണ്ട്, എത്രമാത്രം അനുഗ്രഹീതമാണ് നാം ജീവിക്കുന്ന ഈ ലോകം!

പക്ഷേ, ജൈവമണ്ഡലത്തിലെ ഏതു മുറിവും പ്രകൃതിദത്തവും സ്വാ ഭാവികവുമായ പ്രതിഭാസങ്ങളാൽ സ്വയം സുഖപ്പെട്ടുകൊള്ളുമെന്ന് വിചാ രിക്കുന്നത് തീർത്തും അശാസ്ത്രീയമാണ്. തീർച്ചയായും പ്രകൃതിയും പ്രകൃതിപ്രതിഭാസങ്ങളും പ്രവർത്തിച്ചുകൊണ്ടേയിരിക്കും. പ്രകൃതി നില നിൽപ്പ് ഉറപ്പിക്കാത്ത ഒരു ജീവിക്കും പിടിച്ചുനിൽക്കാനാവില്ല; തിരിച്ചുവ രാനാവില്ല. എന്നാൽ ഇന്ന് മനുഷ്യന്റെ കൈകളാൽ വൻനാശമാണ് ആവാ സവ്യവസ്ഥയ്ക്ക് സംഭവിച്ചുകൊണ്ടിരിക്കുന്നത്. ലാഭക്കൊതിയിൽ അധി

ഷ്ഠിതമായ വൻ പ്രകൃതിചൂഷണം ഏതാണ്ട് എല്ലാ ജീവിവർഗങ്ങളു ടെയും നിലനിൽപ്പ് അവതാളത്തിലാക്കിയിരിക്കുന്നു. വംശനാശ നിരക്കി നെക്കുറിച്ചുള്ള പുതിയ അറിവുകൾ ആരെയും ഞെട്ടിക്കും. ഓരോ രണ്ടു മിനിട്ടിലും എന്ന തോതിലാണത്രെ ജീവിവർഗങ്ങൾ വംശനാശത്തിന്റെ കുഴിയിൽ പതിക്കുന്നത്. സ്വയം മുറിവുണക്കാനുള്ള പ്രകൃതിയുടെ ഇട പെടൽശേഷി നന്നെ കുറഞ്ഞുകഴിഞ്ഞു. എല്ലാ ഹിമയുഗങ്ങളും എല്ലാ പ്രകൃതിക്ഷോഭങ്ങളുംകൂടി നശിപ്പിച്ചതിലും എത്രയോ ഇരട്ടി സസ്യങ്ങളും ജീവികളും ഇപ്പോൾ കടുത്ത വംശനാശഭീഷണിയുടെ വക്കിലാണ്. ഇപ്പോൾ ജീവിച്ചിരിപ്പുള്ളവയിൽ ഒരു പത്തുലക്ഷം ജീവജാതികളെങ്കിലും അടുത്ത നൂറ്റാണ്ടു കാണില്ലെന്നരീതിയിൽ പ്രവചങ്ങളുണ്ടായിട്ടുണ്ട്.

പ്രകൃതിയുടെയും പ്രകൃതിവിഭവങ്ങളുടെയും സംരക്ഷണത്തിനായി പ്രവർത്തിക്കുന്ന സംഘടനയുടെ (IUCN - International Union for Conservation of Nature and Natural Resources) ഏറ്റവും പുതിയ കണക്ക് ശ്രദ്ധയിൽപ്പെട്ടോ? പഠനവിധേയമാക്കിയ ജീവജാതികളിൽ 17,291 ഇനങ്ങൾ ഇപ്പോൾ കടുത്ത വംശനാശഭീഷണിയെ നേരിടുന്നു. ഓരോ വർഷവും ഏതാനും ചില ജീവികളെങ്കിലും എന്നെന്നേക്കുമായി നമ്മെ വിട്ടുപോകും. ഏതാണ്ട് മൂന്നിലൊരുഭാഗം ജീവജാതികളും ഈ രീതി യിൽ കടുത്ത നാശഭീഷണി നേരിടുന്നു.

ഇത്തരം കടുത്ത ആശങ്കകൾക്കിടയിലും ജൈവസമ്പത്തിന്റെ അമൂ ല്യതയെക്കുറിച്ചുള്ള അറിവുകൾ നമുക്ക് പ്രതീക്ഷയ്ക്ക് വകനൽകുന്നു. കൂട്ടായിശ്രമിച്ചാൽ നമുക്ക് അതെല്ലാം സംരക്ഷിക്കാനാവും. നോക്കൂ, ജൈവവൈവിധ്യത്തെക്കുറിച്ച് ഇതിനകം ലഭ്യമായ ചില വെളിപ്പെടു ത്തലുകൾ:

– ഭൂമിയിലാകെ 11,000 ഉറുമ്പുജാതികൾ ഉണ്ട്. ആമസോൺ വന ങ്ങളിലെ വൃക്ഷങ്ങളിൽമാത്രം ഇത്രയും ജാതികൾ വേറെയും ഉണ്ടെ ന്നാണ് ഇപ്പോൾ കിട്ടിയ അറിവ്.

– ഷഡ്പദങ്ങളൊ? എല്ലാ ജന്തുവർഗങ്ങളിലും വച്ച് ഏറ്റവും എണ്ണ ക്കൂടുതൽ ഈ ആർത്രോപോഡ വിഭാഗങ്ങൾക്കാണെന്നറിയാമല്ലോ. അതിജീവനശേഷിയിലും ഇവ ഏറ്റവും മുമ്പിൽ നിൽക്കുന്നു. വണ്ടുകളെ മാത്രമെടുത്താൽ (കൊളിയൊപ്റ്റിറ) ആകെ എണ്ണം 40 ലക്ഷത്തിലേറെ വരും.

– ചിലന്തി ജാതികളുടെ എണ്ണം ഒരു മുപ്പതിനായിരത്തോളമെങ്കിലും വരും. എല്ലാ ജന്തുവിഭാഗങ്ങളിലും ആണിന് പെണ്ണിനെക്കാൾ കൂടുതൽ വലുപ്പം കാണുമ്പോൾ പെണ്ണിനെക്കാൾ കുറുകിയ ആണ് ചിലന്തിക ളുടെ മാത്രം പ്രത്യേകതയാണെന്നു വേണം വിചാരിക്കാൻ!

പക്ഷികളുടെ ലോകത്തിലേക്കു വന്നാലൊ? എണ്ണം ഏതാണ്ട് 9,800.

ഉരഗങ്ങൾ ഏഴായിരത്തിലേറെ. നാലായിരത്തി എഴുനൂറിൽപ്പരം ജാതി ഉഭയജീവികളും. സസ്തനികളും ഈ രീതിയിൽ ഏറെ വൈവിധ്യം കാണിക്കുന്നു. സസ്യലോകത്തിലുമുണ്ട് ഈ രീതിയിൽ ഭിന്നതകളും വൈചിത്ര്യങ്ങളും. സൂക്ഷ്മജീവികളുടെ ലോകത്തിലേക്കിറങ്ങിയാൽ അതൊരു മഹാപ്രപഞ്ചം തന്നെയാണെന്നു കാണാനാകും. ഭക്ഷണ ത്തിനും വസ്ത്രങ്ങൾക്കും ഔഷധങ്ങൾക്കും നിത്യജീവിതത്തിലെ മറ്റ നേകം ആവശ്യങ്ങൾക്കും നാം പലതരം സസ്യങ്ങളെ ആശ്രയിക്കുന്നു. ഒരു ദിവസത്തെ ആഹാരത്തിനുവേണ്ടി മാത്രം നമുക്ക് എത്രതരം ജീവി കളുടെ സഹായം വേണമെന്ന് കണക്കുകൂട്ടി നോക്കൂ.

മനുഷ്യൻ പ്രകൃതിയിൽനിന്നു പഠിക്കുന്നു. ചിലന്തിയെ അനുകരിച്ച് നാം തുണിനെയ്യാൻ പഠിച്ചു. വേട്ടാളിയനെ അനുകരിച്ച് കടലാസുണ്ടാക്കി. പക്ഷികൾ പറക്കുന്നതുനോക്കി വിമാനം രൂപകൽപ്പന ചെയ്തു. ശാസ്ത്രം പുരോഗമിക്കുന്തോറും എല്ലാ ശാസ്ത്രശാഖകൾക്കും പ്രകൃതി പുതിയ പ്രചോദനങ്ങളായി വർത്തിക്കുന്നു. നാനോ ടെക്നോളജിയിലെ പല പുതിയ കണ്ടുപിടിത്തങ്ങളും പ്രകൃതിയെ അനുകരിച്ചാണ് ഉണ്ടാവു ന്നത്. അറിഞ്ഞതിലും എത്രയോ ഏറെ ഇനിയും അറിയാനിരിക്കുന്നു. എയ്ഡ്സിനും ക്യാൻസറിനുമുള്ള ഔഷധങ്ങൾ ചിലപ്പോൾ വീട്ടുമുറ്റ ത്തെ ഒരു ചെറുചെടിയിലൊ, ഒരു ചെറുകീടത്തിലൊ ഒളിഞ്ഞിരിപ്പുണ്ടാ വാം. മനുഷ്യരാശിക്ക് അത് ഉപയോഗപ്പെടാൻ പക്ഷേ, ഈ ജൈവസ മ്പത്ത് നിലനിൽക്കണം. എന്നാൽ ഭൂമിയിൽ ഉണ്ടെന്നുകരുതുന്ന മൂന്നര കോടിയോളം സ്പീഷിസുകളിൽ ഏതാനും ലക്ഷങ്ങളെക്കുറിച്ചുമാത്രമേ നമുക്ക് എന്തെങ്കിലും കൂടാ. തിരിച്ചറിഞ്ഞ് പേരു നൽകിയവ ഏതാണ്ട് 17 ലക്ഷം സ്പീഷീസുകൾ മാത്രം. ഇതോടൊപ്പം ചേർത്ത പട്ടികയിൽ ഇതിന്റെയൊരു തരംതിരിവുകാണാം. അറിഞ്ഞതിലും എത്രയോ ഏറെ ഇനിയും അറിയാൻ ബാക്കിയുണ്ടെന്ന് ഇപ്പോൾ മനസിലായില്ലെ?

എത്രയെത്ര സ്പീഷിസ്!

ആൽഗ	–	40,000
ഫങ്കസ്	–	72,000
ബാക്ടീരിയ	–	4000
വൈറസ്	–	5000
ഉയർന്നതരം സസ്യങ്ങൾ (സപുഷ്പികൾ)	–	2,70,000
മറ്റുള്ളവ	–	380,00
പ്രോട്ടോസോവ എന്ന ഏകകോശ ജന്തുക്കൾ	–	40,000
മൊളസ്ക്കുകൾ (തോടുള്ളവ)	–	25,000

ക്രസ്റ്റേഷ്യ

(ബാഹ്യകവചമുള്ള തേൾ, ചെമ്മീൻ തുടങ്ങിയവ)   –   43,000

ഷഡ്പദങ്ങൾ   –   10,25,000

മത്സ്യങ്ങൾ   –   26,959

ഉഭയജീവികൾ   –   4780

ഉരഗങ്ങൾ   –   7150

പക്ഷികൾ   –   9856

സസ്തനികൾ   –   5487

2

ജൈവവൈവിധ്യമെന്നാൽ

ജൈവവൈവിധ്യമെന്നാൽ ശരിക്കും എന്താണ്? ഈ ഭൂമിയിലെ ജീവികളുടെ വിവിധതയെക്കുറിച്ചുള്ള ഒരു സമഗ്രദർശനം തന്നെയാണത്. അതിന് സാമൂഹികവും സാംസ്കാരികവും രാഷ്ട്രീയവും നൈതികവും സൗന്ദര്യശാസ്ത്രപരവുമായ മാനങ്ങൾ തന്നെയുണ്ടെന്നു കാണാം. ഉദാഹരണമായി ഒരു പ്രത്യേക രാജ്യത്തിന്റെ രാഷ്ട്രീയം, സാമൂഹിക പുരോഗതി, ഭാഷ, സംസ്കാരം തുടങ്ങിയവയെല്ലാം ആ നാട്ടിലെ ജൈവ വ്യവസ്ഥയുമായി ബന്ധപ്പെട്ടിരിക്കുന്നതായി കാണാൻ കഴിയും. നാട്ടറിവുകൾ ജൈവലോക വൈവിധ്യങ്ങളുടെ ഒരു വൻ കലവറതന്നെ നിങ്ങൾക്കായി തുറന്നുതരും. ഭാഷയും സംസ്കാരവും കലയും അവയുടെ ശൈലികൾക്കും പ്രയോഗങ്ങൾക്കും സംവേദനക്ഷമതയ്ക്കും ജൈവ സമ്പത്തിനോട് കടപ്പെട്ടിരിക്കുന്നു. ജൈവ വൈവിധ്യം (Biodi versity) എന്ന വാക്ക് ആദ്യം ഉപയോഗിച്ചത് 1985 ൽ വാൾട്ടർ ജി റോസൻ എന്ന ജീവശാസ്ത്രജ്ഞനാണ്.

ജൈവവൈവിധ്യത്തെ പലതട്ടുകളിലായി തരംതിരിക്കാം.

1. ജീവജാതി (സ്പീഷിസ്) വൈവിധ്യം. ഇതുതന്നെ രണ്ടു തരത്തിലുണ്ട്. വളർത്തുജീവി വൈവിധ്യവും വന്യജീവി വൈവിധ്യവും.

2. ജീൻ വൈവിധ്യം.

3. ആവാസവ്യവസ്ഥാ വൈവിധ്യം.

1. ജീവജാതിവൈവിധ്യം

സൂക്ഷ്മജീവികളും സസ്യങ്ങളും ജന്തുക്കളും കൂടിയുള്ള ലോക മാണിത്. ഓരോന്നിലും എത്രയോ ഭിന്ന സ്പീഷിസുകൾ ഉണ്ട്. ഉദാഹരണമായി നാട്ടുമാവുകൾതന്നെ ഒരു അയ്യായിരത്തോളം സ്പീഷിസുക

ളുണ്ട്. ക്ഷത്തിലേറെ നെൽ വിത്തിനങ്ങൾ ഉണ്ടായിരുന്നു. ഇനി, ഒരു സ്പീഷിസിൽ പ്പെട്ട ജീവികളെല്ലാം ഒരേ പോലെയാണോ? അല്ലല്ലോ. വീട്ടുവളപ്പിൽ പത്ത് ഗോമാവുകൾ ഉണ്ടെന്നു കരുതൂ. എല്ലാം നല്ല ഗോമാങ്ങ തരും. എന്നാൽ ശ്രദ്ധിച്ചു പഠിച്ചാൽ മനസിലാവും ഒരു ഗോമാവിലെ മാങ്ങയുടെ രുചിയല്ല വേറൊന്നിന്. മാങ്ങയുടെ വലുപ്പത്തിലും പഴുക്കുന്ന രീതിയിലും മാവിന്റെ വലുപ്പത്തിലും സൂക്ഷിച്ചു ശ്രദ്ധി

ബി റ്റി വഴുതന

ച്ചാൽ വ്യത്യാസങ്ങൾ കാണാൻ കഴിയും. വൈവിധ്യങ്ങൾ അത്രയേറെ ആഴത്തിലാണെന്ന് അർഥം.

വളർത്തുജീവികളുടെ ഒരുവലിയ ശേഖരംതന്നെ നമുക്കു ചുറ്റുമുണ്ട്. ഒരുകാലത്ത് ഇവയെല്ലാം വന്യജീവികളായിരുന്നു. മനുഷ്യൻ ഇവയെ പരിപാലിച്ചു. ബോധപൂർവം ഇവയിൽ മാറ്റങ്ങൾ വരുത്തി. വന്യാവസ്ഥയിൽ ഉള്ളവയെ അപേക്ഷിച്ച് ഇവ കൂടുതൽ മാറ്റങ്ങൾക്കു വിധേയമായി. അരിയും ഗോതമ്പും തക്കാളിയും ഉരുളക്കിഴങ്ങും ഫിഴങ്ങുവർഗങ്ങളുമെല്ലാം നമ്മുടെ ഭക്ഷണമായി. പട്ടിയും പശുവും പൂച്ചയും വളർത്തു മൃഗങ്ങളായി. മനുഷ്യൻ അവന്റെ ഭക്ഷ്യാവശ്യങ്ങളുടെ എൺപതു ശതമാനവും നിർവഹിക്കുന്നത് വെറും ഇരുപതോളം ജീവജാതികളിൽനിന്നാണ്. നിത്യജീവിതത്തിലെ അനുഭവങ്ങളിൽനിന്ന് ഇവയുടെ പേരുകൾ ഓർത്തെടുത്തു നോക്കൂ.

അതേസമയം ഭക്ഷ്യയോഗ്യമായ 75,000 ഓളം സസ്യങ്ങൾ ഉണ്ടെന്നാണ് മതിപ്പുകണക്ക്. ഭക്ഷണത്തിനായി ഇനിയും പുതിയ ജീവികളിലേക്കു തിരിയേണ്ടിവരും. ലോകത്തിലെ കുട്ടികളുടെ പ്രോട്ടീൻ ക്ഷാമത്തിനു പരിഹാരമായി പുഴുക്കളെ (കീടങ്ങളെ) ഉപയോഗപ്പെടുത്താൻ വിപുലമായ ഒരു പദ്ധതി ലോക ഭക്ഷ്യ-കാർഷിക സംഘടന (FAO) തയാറാക്കിയിട്ടുണ്ട്. ഔഷധാവശ്യങ്ങൾക്ക് കൂടുതൽ സസ്യങ്ങളെ ആശ്രയിക്കാൻ ലോകമെങ്ങും ശ്രമം നടന്നുവരുന്നു. അതുപോലെ ഊർജപ്രതിസന്ധിക്കു പരിഹാരമായും സൂക്ഷ്മജീവികളിലേക്കും സസ്യങ്ങളിലേക്കും ഉറ്റുനോക്കുന്നു. മലിനീകരണമില്ലാത്ത ഊർജത്തിന്റെ സ്രോതസുകൾ നാളെ സൂക്ഷ്മജീവികളും സസ്യങ്ങളുമാവും. ഈ പുസ്തകത്തിൽ മുഖ്യമായും ചർച്ചചെയ്യാൻ പോകുന്നത് വന്യജീവികളായ ജന്തുക്കളെക്കുറിച്ചാണ്.

2. ജീൻവൈവിധ്യം

ഓരോ ജീവിയുടെയും ജീനുകളിൽ കാണപ്പെടുന്ന വിവിധതയും വ്യത്യസ്തതയും ജീൻ വൈവിധ്യമായി അറിയപ്പെടുന്നു. ലൈംഗിക പ്രത്യുൽപ്പാദനം ജീനുകളുടെ വേർപിരിയലിനും കൂടിച്ചേരലിനും കാരണമാകുന്നു. അതുവഴി തലമുറകൾ കഴിയുന്തോറും ജനിതകവൈവിധ്യം കൂടാനുള്ള സാധ്യത ഏറുന്നു. ജീവജാതികളുടെ എണ്ണവും അവയുടെ ഉപജാതികളുടെ എണ്ണവും കൂടുന്തോറും ജനിതക വൈവിധ്യസാധ്യതയും ഏറിവരുന്നു.

ജീൻ വൈവിധ്യം എന്നത് ഒരു ബഫർസ്റ്റോക്കാണ്. കരുത്തുള്ള ജീനുകളുടെ പത്തായമാണ് ഓരോ വന്യജീവി സ്പീഷിസും. സസ്യങ്ങളുടെ കാര്യം ഉദാഹരണമായി എടുക്കൂ. ഓരോ വളർത്തുസസ്യത്തിനു പകരമായി അതേ ഇനത്തിൽപ്പെട്ട എത്രയോ വന്യസസ്യങ്ങളെയും കാണുന്നില്ലേ? ഇഞ്ചിപോലെതന്നെ കാട്ടിഞ്ചിയുമുണ്ട്. വരിനെല്ലും കാട്ടുനെല്ലും കാട്ടുവാഴയും കാട്ടുള്ളിയും ഉണ്ട്. വന്യാവസ്ഥയിൽ പ്രത്യേകിച്ച് പരിപാലനവുമില്ലാതെ ഇവയെല്ലാം തഴച്ചുവളരും. ഉയർന്ന രോഗപ്രതിരോധശേഷികൊണ്ട് അനുഗ്രഹീതമാണ് ഇത്തരം ഇനങ്ങൾ. ഇവ ഭക്ഷ്യയോഗ്യമല്ലായിരിക്കാം. എന്നാൽ ഒരു പകർച്ചവ്യാധിപോലുള്ള ഏതെങ്കിലും പ്രതിസന്ധി നേരിടേണ്ടിവരുമ്പോൾ വളർത്തിനങ്ങൾക്ക് താങ്ങും സംരക്ഷണവും ഇത്തരം ഇനങ്ങളാവാം. നാട്ടുമരങ്ങളുടെയും മറ്റും വൈവിധ്യം കുറഞ്ഞുവരുന്നത് ഏതു രീതിയിൽ ദോഷം ചെയ്യുമെന്ന് ഇതിൽനിന്നു മനസിലാക്കാം.

ജീവജാതികളിൽ വേണ്ടത്ര വീണ്ടുവിചാരമില്ലാതെ ജനിതകമാറ്റം വരുത്തുന്നതും ഈ രീതിയിൽ വൈവിധ്യനഷ്ടത്തിന് കാരണമായേക്കാം. ജനിതകമാറ്റം എന്നത് പുതിയ ആശയമൊന്നുമല്ല. പ്രകൃതിയിൽ തന്നെ അതു നടക്കുന്നുണ്ട്. ലൈംഗിക പ്രത്യുൽപ്പാദനമുണ്ടാക്കുന്ന പ്രഭാവംതന്നെ ഒരുതരം ജനിതകമാറ്റമാണ്. ദീർഘകാലമായി സംഭവിക്കുന്ന ജനിതകവ്യതിയാനങ്ങൾമൂലം ജീവപരിണാമം വഴി പുതിയ ജീവിവർഗങ്ങൾ ആവിർഭവിക്കുന്നു. എന്നാൽ ഇതും ഇപ്പോൾ നടക്കുന്ന ജനിതക മാറ്റം വരുത്തലും തമ്മിൽ അടിസ്ഥാനപരമായി ചില വ്യത്യാസങ്ങളുണ്ട്. ജീവികൾക്ക് അനുഗുണമല്ലെന്നു വരുന്നതൊന്നും പ്രകൃതി നിലനിർത്തുകയില്ല. അത്തരം വ്യതിയാനങ്ങൾ കാലാന്തരത്തിൽ നശിച്ചുപോകും. ഗുണകരമായവമാത്രം നിലനിൽക്കും. അതേസമയം ലാഭക്കൊതിമാത്രം ലക്ഷ്യംവച്ച് തിരക്കിട്ടുനടത്തുന്ന ജനിതകമാറ്റമാണ് Bt വഴുതനയ്ക്കും മറ്റും അടിസ്ഥാനം. വൻ കുത്തകക്കമ്പനികൾ ഗവേഷണത്തിന്റെ ദോഷവശങ്ങൾ കൗശലപൂർവം മറച്ചുവയ്ക്കുന്നു. ഗുജറാത്തിലും ആന്ധ്രയിലും ആസാമിലും കൃഷിചെയ്തുവരുന്ന മൊൺസാന്റോ കമ്പനിയുടെ ബോൾഗാഡ് കോട്ടൻ (Bt കോട്ടൻ) വിളകൾക്ക് കീടബാധ ഉണ്ടായിരിക്കുന്നത് ഇപ്പോൾ അതിന്റെ സ്രഷ്ടാക്കളെത്തന്നെ ഞെട്ടിച്ചിരിക്കുകയാണ്. കീടങ്ങൾ നശിപ്പിക്കാതിരിക്കാനുള്ള പ്രത്യേകതരം പ്രോട്ടീൻ ജീൻ

കൃത്രിമമായി സന്നിവേശിപ്പിച്ചാണല്ലോ ബോൾഗാഡ് കോട്ടൻ സൃഷ്ടി ച്ചത്.

ലോകത്തെങ്ങുമായി ഒരു അയ്യായിരം ജാതി വഴുതനകളെങ്കിലും ഉണ്ടെന്നു പറയുന്നു. ജനിതകമാറ്റം വഴി ഉണ്ടാക്കിയ വിളകൾ വ്യാപക മായിക്കഴിയുമ്പോൾ കാലക്രമത്തിൽ ഈ വൈവിധ്യങ്ങളെല്ലാം ചുരു ങ്ങിവരും എന്ന ഭയം അസ്ഥാനത്തല്ല. സങ്കരവർഗം ഇനങ്ങൾക്കും ഒരു പരിധിവരെ ഇതു ബാധകമാണ്. നാടനുണ്ടെങ്കിലേ സങ്കരവർഗങ്ങൾക്ക് കരുത്തുണ്ടാകൂ.

3. ആവാസവ്യവസ്ഥാ വൈവിധ്യം

എന്താണ് ആവാസവ്യവസ്ഥ എന്നറിയാമല്ലോ. സസ്യങ്ങളും ഇന്തു ക്കളും സൂക്ഷ്മജീവികളും വായു, വെള്ളം, സൂര്യപ്രകാശം, മണ്ണ് എന്നി ങ്ങനെയുള്ള അജൈവികഘടകങ്ങളും പരസ്പരാശ്രിതത്വത്താൽ സന്തു ലനം ചെയ്ത് ജൈവികതയെ മുന്നോട്ടു കൊണ്ടുപോകുന്ന ഒരു വ്യവ സ്ഥയാണ് ആവാസവ്യവസ്ഥ. ഒരു ചെറു വെള്ളക്കുഴിതൊട്ട് മഴക്കാടു കൾ വരെ ചെറുതും വലുതുമായ അനേകമനേകം വൈവിധ്യങ്ങളാൽ ഭൂമിയെ സമ്പന്നമാക്കുന്നു. കാടുകൾ തന്നെ എത്രതരം! മരുഭൂമികൾക്കു എന്തെന്തു പ്രത്യേകതകൾ! പുഴകൾ, അരുവികൾ, തടാകങ്ങൾ, സമു ദ്രങ്ങൾ എന്നിങ്ങനെ ജലത്തിലെ ലോകങ്ങൾ വേറെയും. കരയി ലുള്ളതിന്റെ എത്രയോ ഇരട്ടിജീവികൾ കടലിൽ താമസിക്കുന്നു. വൻ വൃക്ഷങ്ങൾ പോലും അതാതിന്റെ രീതിയിൽ സമ്പന്നമായ ഓരോ ആവാ സവ്യവസ്ഥയാകുന്നു.

ഒരു ആവാസവ്യവസ്ഥയിലെ ജീവികളെ വ്യത്യസ്തമായ മറ്റൊരു ആവാസവ്യവസ്ഥയിൽ കണ്ടെന്നുവരില്ല. കേരളത്തിൽ കാണുന്ന മര ങ്ങൾ കാശ്മീരിൽ ഉണ്ടാകുമോ? അന്റാർട്ടിക്കാ പ്രദേശം വ്യത്യസ്തമായ ഒരു ലോകംതന്നെയല്ലേ? ഭൂമിശാസ്ത്രപരമായ ഈ വ്യത്യസ്തത കൾക്കിടയിലും മനുഷ്യൻ ജീവജാതികളെ നാടുകടത്തുന്നു. ശ്രദ്ധിച്ച് പരിപാലിക്കുന്നു. ചിലത് നശിച്ചുപോകുന്നു. അപൂർവം ചിലത് പിടിച്ചു നിൽക്കുന്നു.

ജൈവവൈവിധ്യം ലോകമെങ്ങും

ജൈവവൈവിധ്യസമ്പത്ത് ഏറ്റവും കൂടുതൽ ഉള്ളത് ഉഷ്ണ-ഉപോ ഷ്ണ മേഖലകളിലാണ്. ഇതിലേറ്റവും മുമ്പിൽ ഉഷ്ണമേഖലാ വർഷ വനങ്ങളത്രെ. ഒരുകാലത്ത് ഭൂമധ്യരേഖാ പ്രദേശം മുഴുവൻ ഇത്തരം ഇടതൂർന്ന കാടുകളായിരുന്നു. എന്നാൽ മനുഷ്യമുന്നേറ്റം ഇവയുടെ തുടർ ച്ചയും അഗാധതയും ജൈവസാന്ദ്രീകരണവും നഷ്ടപ്പെടുത്തി. എങ്കിലും അങ്ങിങ്ങായി ഇത്തരം മഴക്കാടുകൾ അവശേഷിക്കുന്നു. ഭൂമിയുടെ ഏഴു ശതമാനം ഭാഗങ്ങളിൽ ഇത് ഒതുങ്ങിനിൽക്കുന്നു. ജീവജാതികളുടെ ഏതാണ്ട് പകുതിയും ഈ ഏഴു ശതമാനം ഭൂമിയിലാണുള്ളത്! അമേ

രിക്ക, ആഫ്രിക്ക, മഡഗാസ്കർ, ശാന്തസമുദ്രത്തിലെ ന്യൂഗിനി, ആസ്ത്രേലിയ, വിവിധ ഏഷ്യൻ രാജ്യങ്ങൾ. വന്യജീവി വൈവിധ്യം അറിയാൻ ഈ രാജ്യങ്ങളിൽ പോകണം. ലോകത്തിലെ രണ്ടരലക്ഷ ത്തലധികം വരുന്ന സപുഷ്പിസസ്യങ്ങളുടെ മൂന്നിൽ രണ്ടുഭാഗവും ഇവിടങ്ങളിലാണ് ഉള്ളത്.

ആമസോൺ വനമേഖല

ആമസോൺ വനമേഖല

ലോകത്തിലെ വർഷവനങ്ങളിൽ ജൈവവൈവിധ്യംകൊണ്ട് ഏറ്റവും സമ്പന്നമായത് ആമസോൺ വനങ്ങളാണെന്ന് ഒരു സംശയവുമില്ലാതെ പറയാം. 670 ലക്ഷം കിലോമീറ്റർ വിസ്തൃതിയിൽ ബ്രസീൽ, പെറു, ബൊളീവിയ, കൊളംബിയ, ഇക്വഡോർ, ഗയാന, സുറിനാം, വെനിൻ സുല, ഫ്രഞ്ച് ഗിയാന എന്നിങ്ങനെ 8–9 രാജ്യങ്ങളിൽ പരന്നുകിടക്കു ന്നു. ലോകത്തിൽ ബാക്കിയുള്ള ഉഷ്ണമേഖലാ വർഷവനങ്ങളുടെ ഏതാണ്ട് പകുതിയും ആമസോൺ മേഖലയിലത്രെ. അറിയപ്പെടുന്ന സ്പീഷിസുകളുടെ പത്തു ശതമാനവും ഇതിനകത്താണ്. ഭൂമിയിൽ ആകെയുള്ള ശുദ്ധജലത്തിന്റെ ഏതാണ്ട് പതിനഞ്ചുശതമാനവും ഇവിട ടയാണ്. ഏതാണ്ട് മൂന്നു കോടിയോളമാളുകൾ ഈ മേഖലയെ ആശ്ര യിച്ച് ജീവിക്കുന്നു.

വനനശീകരണത്തേക്കാൾ, മലിനീകരണംപോലുള്ള പരിസ്ഥിതി പ്രശ്നങ്ങളെക്കാൾ, ആമസോൺ കാടുകളെ ഭീഷണിപ്പെടുത്തുന്നത് താപവ്യതിയാനമാണെന്ന് വിദഗ്ധർ പരക്കെ അഭിപ്രായപ്പെടുന്നു. വർഷ പാതത്തിൽ ഉണ്ടാകുന്ന ചെറിയൊരു വ്യതിയാനംപോലും മുക്കാൽഭാഗം വനമേഖലയെയും വരൾച്ചയിൽ ആഴ്ത്തുമത്രെ. ആഗോള കാലാവസ്ഥാ രീതിയിൽതന്നെയുണ്ടാവുന്ന മാറ്റമായിരിക്കും ഇതിന്റെ പരിണത ഫലം.

ഇപ്പോൾ ഭയപ്പെടുന്നതുപോലെ ഊഷ്മാവ് 2^0c വർധിച്ചാൽത്തന്നെ 20–40 ശതമാനം വൃക്ഷങ്ങളും അപ്രത്യക്ഷമാകുമെന്നാണ് നിരീക്ഷണം. വൃക്ഷ ങ്ങൾ പുറത്ത് വിടുന്ന ജലബാഷ്പത്തിന് അത്രയും പ്രാധാന്യമാണ് കാലാവസ്ഥയിൽ ഉള്ളത്. കാടും നദിയും ചേർന്ന് ഒന്നിച്ച് ഒരു കൂറ്റൻ ജലപരിക്രമണ സംവിധാനമായി വർത്തിക്കുന്നു. ഈ നദികളിലൂടെ കട ലിലെത്തുന്ന ജലം ലോക കാലാവസ്ഥയേയും സമുദ്രജല പ്രവാഹങ്ങ ളേയും വൻതോതിൽ സ്വാധീനിക്കുന്നു. അതോടെ വീണ്ടെടുക്കാനാവാ ത്തവിധം വനമേഖലകൾ പുൽമേടുകൾക്ക് വഴിമാറും. ബ്രസീലിൽമാത്രം ഈ രീതിയിൽ പത്തുലക്ഷം ച കി മീ കാട് പുൽമേടായി മാറുമത്രെ. കാടുണങ്ങുമ്പോൾ മരത്തടി നീക്കം ചെയ്യണം. കാടിനു തീവെക്കണം. അപ്പോൾ കാർബൺ ഡൈ ഓക്സൈഡ് കൂടുതലുണ്ടാകും. നോക്കൂ, പരസ്പരം ബന്ധപ്പെട്ട് അത് എത്ര വലിയ ഒരു ദുഷിത വലയമായി മാറുന്നു!

യൂസുനി നാഷണൽപാർക്കിലെ തവള

ഇക്വഡോറിലെ യസുനി നാഷണൽ പാർക്ക്

ആമസോണിൽ ഇക്വഡോർ ഭാഗത്തു സ്ഥിതിചെയ്യുന്ന ഈ പാർക്ക് ഒരു ജൈവ സുരക്ഷിത മേഖലയാണ്. ആമസോണിൽ എന്നല്ല, ലോക ത്തിൽത്തന്നെ ജൈവ സ്പീഷിസ് സാന്ദ്രതയും വൈവിധ്യം ഏറ്റവും

കൂടുതലുള്ളയിടം ഈ സുനി ദേശീയോദ്യാനമാണെന്ന് വിലയിരുത്ത പ്പെടുന്നു. എല്ലാത്തരം സ്പീഷിസ് വിദഗ്ധരും ഐകകണ്ഠ്യേന സമ്മ തിച്ച കാര്യമാണിത്. അമ്പരപ്പുതോന്നും ഇവിടത്തെ ജൈവവൈവിധ്യ ത്തിന്റെ കണക്കുകൾ കേട്ടാൽ. ഒരു ശരാശരി ഹെക്ടർ സ്ഥലത്ത് അമേ രിക്കൻ ഐക്യനാടുകളും കാനഡയും ചേർന്നുള്ള മേഖലയിലുള്ളതി നേക്കാൾ തവളകളും ചൊറിത്തവളകളും ഇവിടെയുണ്ട്. 655 വൃക്ഷ സ്പീഷിസ് ഈ ഒരു ഹെക്ടറിൽ മാത്രം. 25 ഹെക്ടർ ഒന്നിച്ചെടുത്ത് പഠിച്ചപ്പോൾ 11,000 സസ്യജാതികളുണ്ടെന്നു തെളിഞ്ഞു. 596 പക്ഷിജാതി കളെയും 150 തരം ഉഭയജീവികളെയും കണ്ടെത്തി. ഒരു ഹെക്ടർ സ്ഥല ത്തുമാത്രം ഒരുലക്ഷം ഷഡ്പദജാതികളേയും തിരിച്ചറിയാൻ കഴിഞ്ഞു. പാർക്കിലുടനീളം ഇരുനൂറിൽപ്പരം ഇനങ്ങളിൽപ്പെട്ട സസ്തനികൾ പാർക്കുന്നു. ഇങ്ങനെ ജൈവവൈവിധ്യത്തിലെ സർവകാലലോക റെക്കോർഡ് ഈ ആമസോൺ മേഖലയ്ക്കാണ്.

എന്നാൽ, ഇത് എത്രകാലം എന്ന ചോദ്യവും കേൾക്കാൻ തുടങ്ങി യിട്ടുണ്ട്. ജൈവസമ്പത്തുമാത്രമല്ല എണ്ണസമ്പത്തും ഈ ഭാഗത്തുണ്ട്. രണ്ടും കുത്തകശക്തികളെ ആകർഷിച്ചുകൊണ്ടിരിക്കുന്നു. പുതിയ എണ്ണഖനിക്കുവേണ്ടിയുള്ള പദ്ധതികൾക്കെതിരെ സർക്കാർതന്നെ മുന്നോട്ടു വന്നിട്ടുണ്ട്. പാർക്കിനകത്ത് കൂടുതൽ വികസനപ്രവർത്തന ങ്ങൾപോലും അനുവദിക്കരുതെന്നാണത്രെ സ്പീഷിസ് വിദഗ്ധരുടെ പക്ഷം.

ജൈവവൈവിധ്യം ഇന്ത്യയിൽ

ജൈവവൈവിധ്യം ഏറ്റവും കൂടുതലുള്ള രാജ്യ ങ്ങളിൽ ഒന്നാണ് ഇന്ത്യ. തനതു സ്പീഷിസുകൾക്ക് (endemic species) കേളി കേട്ട എത്രയോ ഇടങ്ങൾ ഇ ക്കൂട്ടത്തിലുണ്ട്. എന്തു വില കൊടുത്തും സംരക്ഷിക്കേ ണ്ടവയാണ് ഇത്തരം ജൈവ സാന്ദ്രസ്ഥാനങ്ങൾ (Hot-spots). ലോകത്ത് മൊത്തം 18 ഹോട്ട്സ്പോട്ടുകൾ ആണുള്ളത്. ഇതിൽ ഒന്ന് കിഴക്കൻ ഹിമാലയത്തിൽ. രണ്ടാമത്തേത് പശ്ചിമഘട്ട മലനിരകളിൽ. പുതിയ സ്പീ ഷിസുകളുടെ കണ്ടെത്തലു

സിംഹവാലൻകുരങ്ങ്

മായി ബന്ധപ്പെട്ട് പൂർവ ഹിമാലയ ജൈവവ്യവസ്ഥയെക്കുറിച്ച് അൽപ്പം വിശദമായിത്തന്നെ പിന്നീട് ചർച്ചചെയ്യുന്നുണ്ട്.

ലോകത്താകെ 12 മഹാജൈവവൈവിധ്യരാജ്യങ്ങൾ ഉള്ളതിൽ ഒന്ന് ഇന്ത്യയാണ്. ഒരു പ്രത്യേക ആവാസവ്യവസ്ഥയ്ക്ക് അനുഗുണമായ ജൈവവൈവിധ്യം നിലനിൽക്കുന്ന ഒരു പ്രത്യേകമേഖല ബയോം (Biome) എന്ന പേരിലറിയപ്പെടുന്നു.

ജൈവവൈവിധ്യം കേരളത്തിൽ

പശ്ചിമ ജൈവമേഖല ഒരു ജൈവസാന്ദ്രസ്ഥാനം (hotspot) ആണെന്ന് സൂചിപ്പിച്ചല്ലോ. ഗുജറാത്തിലെ താപ്തി മുതൽ തമിഴ്നാട്ടിലെ കന്യാകുമാരി വരെ 1,600 കി മീ നീളത്തിൽ കിടക്കുന്ന പർവതനിരകൾ. ചെമ്മണ്ണും കറുത്തമണ്ണും. പർവതനിരകളുടെ പശ്ചിമഭാഗം കാല വർഷത്തെ ഈ മണ്ണിലെത്തിക്കുന്നു. വർഷവനങ്ങൾ ഇടതൂർന്നുവളരു ന്നു. സൈലന്റ് വാലി കാടുകൾ ഈ കൂട്ടത്തിൽ അനന്യവും അനുപമവു മാണ്. മഴകുറഞ്ഞ ഭാഗങ്ങളിൽ ഇലപൊഴിയും വനങ്ങളും ചോലവന ങ്ങളും പുൽമേടുകളും എല്ലാമുണ്ട്. പശ്ചിമഘട്ട മേഖലയിൽ മാത്രമായി പതിനെട്ടുതരം തവളകൾ ഉണ്ടത്രെ. സിംഹവാലൻകുരങ്ങും നീല നീല ഗിരിവരയാടും നീലിഗിരി ലാൻഗൂർ കുരങ്ങനും പശ്ചിമഘട്ടവാസികളാ ണ്. കേരളത്തിലെ വന്യമൃഗങ്ങളെക്കുറിച്ച് വഴിയേ പറയുന്നുണ്ട്.

3

പോകുന്നു, പോകുന്നു, പോയി

വംശനാശഭീഷണി നേരിടുന്ന വന്യജീവികളുടെ പട്ടികയായ റെഡ്ഡാറ്റാബുക്ക് കൊല്ലംതോറും കൃത്യമായി പ്രസിദ്ധീകരിച്ചുവരുന്നു. പ്രകൃതിയുടെയും പ്രകൃതിവിഭവങ്ങളുടെയും സംരക്ഷണത്തിനായുള്ള 'IUCN' (International Union for Conservation of Nature and Natural Resources) ആണ് ഇതു പ്രസിദ്ധീകരിക്കുന്നത്. താഴെപ്പറയുന്ന 8 വർഗീ കരണക്രമങ്ങളുടെ അടിസ്ഥാനത്തിലാണ് റെഡ് ലിസ്റ്റിൽ ജീവികളുടെ പേര് സ്ഥാനം പിടിക്കുന്നത്.

1. പൂർണമായും നശിച്ചുപോയവ. ഇവ വന്യാവസ്ഥയിലൊ പോറ്റിവ ളർത്തപ്പെടുന്ന അവസ്ഥയിലൊ ലോകത്തെവിടെയും അവശേഷി ക്കുന്നില്ല എന്നുറപ്പുള്ളവ.

2. വന്യാവസ്ഥയിൽ, അതായത്, അവയുടെ സ്വാഭാവിക ആവാസവ്യ വസ്ഥയിൽ പൂർണമായും ഇല്ലാതായവ.

3. ഗുരുതരമായ നാശഭീഷണി നേരിടുന്നവ (critically endangered). അവയ്ക്ക് എന്തു സംഭവിക്കാം എന്ന നിലയിലാണ് ഇവയുടെ നിലനിൽപ്പ്

4. വംശനാശഭീഷണി നേരിടുന്നവ (endangered species).

5. അപകട ഭീഷണിയെ നേരിടുന്നവ (vulnarable).

6. താരതമ്യേന കുറഞ്ഞ അളവിൽമാത്രം അപകടഭീഷണി നേരിടു ന്നവ (less vunerable species).

7. സ്ഥിതി വിലയിരുത്താൻ കഴിയുംവിധം വേണ്ടത്ര വിവരങ്ങൾ ശേഖ രിക്കാൻ കഴിഞ്ഞിട്ടില്ലാത്തവ (data deficient).

8. ഇനിയും പരിശോധനാ വിധേയമാക്കാൻ കഴിഞ്ഞിട്ടില്ലാത്തവ (Not listed). പ്രധാനമായും എട്ടു കാരണങ്ങളാൽ വംശനാശഭീഷണി തുടർന്നു കൊണ്ടിരിക്കുന്നു എന്നാണ് വിലയിരുത്തൽ.

1. ആവാസവ്യവസ്ഥാനാശം അഥവാ ആവാസങ്ങളുടെ അപചയം.
2. വനനശീകരണം.
3. പരിസരമലിനീകരണം.
4. ഭക്ഷണം, വസ്ത്രം, ഔഷധം, കൃഷി, വ്യാവസായീകാവശ്യങ്ങൾ എന്നിവ നിറവേറ്റാൻ മനുഷ്യൻ നടത്തുന്ന പരിധിവിട്ട ചൂഷണം.
5. നാശകാരികളായ അന്യദേശ സ്പീഷീസുകളെ കൊണ്ടുവന്ന് വളർത്തുന്നതുമൂലം ഉണ്ടാവുന്ന ഭീഷണി.
6. വിവേചനരഹിതമായ വർഗസങ്കരണപ്രവർത്തനങ്ങൾ ഉണ്ടാക്കാ നിടയുള്ള പ്രശ്നങ്ങൾ. ജനിതകമാറ്റംവരുത്തിയ വിളകൾ ഉണ്ടാ ക്കാനിടയുള്ള പ്രത്യാഘാതങ്ങളോളം ഇതു നീണ്ടുചെല്ലുന്നു. ഏക വിളകൾ ഏറുമ്പോൾ ജീൻ വൈവിധ്യം കുറയും. രോഗപ്രതിരോധ ശേഷി കുറയും. ആത്യന്തികമായി ഇത് വംശനാശത്തിന് വഴിവെച്ചേ ക്കാം.
7. ചില ആകസ്മികകാരണങ്ങൾ. പ്രകൃതിക്ഷോഭങ്ങളും മറ്റും.
8. ആഗോളതാപനംമൂലം സംഭവിച്ചേക്കാവുന്ന കാലാവസ്ഥാ വ്യതി യാനങ്ങൾ.

ലഭ്യമായ എല്ലാ കണക്കുകളും അനുസരിച്ച് ഏറ്റവും വലിയ ഭീഷണി നേരിടുന്ന ജീവിവിഭാഗം ആംഫിബിയനുകളത്രെ. ഇതിൽത്ത ന്നെ തവളകൾ.

വിവിധ വർഷങ്ങളിലെ റെഡ് ലിസ്റ്റിൽ വന്ന കണക്കുകൾ ഒന്നു താരതമ്യം ചെയ്തുനോക്കൂ. 2000ൽ Threatened speciesന്റെ എണ്ണം 11,046. നാലുകൊല്ലം കഴിഞ്ഞ് 2004 ൽ നോക്കിയപ്പോൾ അത് 15,859. 2006 ൽ 16,119.

ഇനി 2009ലെ ഏറ്റവും പുതിയ കണക്കു നോക്കിയാലൊ. ഇതാ, ഈ പട്ടികയിൽ അതുകൊടുത്തിട്ടുണ്ട്.

ഇനം	ആകെ പരിശോധന വിധേയമായ സ്പീഷിസിന്റെ എണ്ണം	വംശനാശ ഭീഷണിയുടെ ശതമാനം
സസ്യങ്ങൾ	12,151	70
ഫംഗസ്/പ്രൊട്ടിസ്റ്റ്	7615	35
മത്സ്യം	4443	32
ഉഭയജീവി	4268	30
ഇഴജീവി	1677	28
പക്ഷി	9598	12
സസ്തനി	5400	21

ഈ രീതിയിൽ ആകെ സ്പീഷീസിന്റെ ഇന്നത്തെ (2009) അവസ്ഥ ഇനിപ്പറയുന്നതുപോലെയാണ്.

1. വന്യാവസ്ഥയിൽ വംശനാശം
   സംഭവിച്ചവ   :   875 എണ്ണം   (2 ശതമാനം)

2. ഗുരുതരഭീഷണി നേരിടുന്നവ   :   875 എണ്ണം   (36 ")

3. ഭീഷണിയുള്ളവ   :   3,650   "   (8 ")

4. വിവരം വേണ്ടവിധം ശേഖരിക്കാൻ
   കഴിഞ്ഞിട്ടില്ലാത്ത സ്പീഷീസ്   :   6,557   "   (14 ")

5. ഏറ്റവും കുറഞ്ഞ ഭീഷണി
   നേരിടുന്നവ   :   19,203 "   (40 ")

ഈ വെളിപ്പെടുത്തൽ അനുസരിച്ച് എണ്ണത്തിൽ അടുത്ത കാലംവ രേക്കും സമൃദ്ധമായിരുന്ന Khihanzi Spray Toadനെ പെട്ടെന്ന് തീരെ കാണാതായി. ഈ ടാൻസാനിയൻ ഉഭയജീവിയാണ് ഈ വർഷത്തെ

Khihanzi Spray Toad

രക്തസാക്ഷി. കൂട്ടിന് ഒരു കരണ്ടുതീനി കൂടി ഉണ്ടാവേണ്ടതായിരുന്നു, ഭാഗ്യത്തിന് ഏതാനും എണ്ണം ഇനിയും ബാക്കിയുണ്ടെന്ന് ചരമക്കുറിപ്പ് എഴുതാനിരിക്കെ തിരിച്ചറിഞ്ഞു. മഡഗാസ്കറിൽ കാണുന്ന Eastern Valovo ആണ് ഈ കരണ്ടുതീനി.

വീണ്ടും 2000 ലെ കണക്കിലേക്ക് പോകാം. ഉഭയജീവികളുടെ എണ്ണ ത്തിൽ അവിശ്വസനീയമായ എണ്ണക്കുറവ് ഈ വർഷത്തിനുശേഷം ഉണ്ടാ യി. 2000 ൽ 146 ജാതികൾക്കു മാത്രമായിരുന്നു നാശഭീഷണി. 2004 ൽ 1,856 ആയും 2009 ൽ 1,886 ആയും ഉയർന്നതായി കണ്ടു. ചൂട്, പകർച്ച വ്യാധി, പരിസരമലിനീകരണം എന്നിവയാണ് കാരണങ്ങളിൽ പ്രധാനം. ഈ രീതിയിൽ കൂടുതൽ നാശഭീഷണി ദൃശ്യമാക്കിയത് ഹരിതസസ്യ ങ്ങളത്രെ. 2000 ലെ 5,611 എന്ന സംഖ്യ 2009 ൽ 8,321 ആയതായി കാണു ന്നു.

IUCNന്റെ ഏറ്റവും പുതിയ RLIC (Red List Indices) അനുസ രിച്ച് തവളകൾ കഴിഞ്ഞാൽ ശുദ്ധജലമത്സ്യങ്ങൾ. കൂടിയ നാശഭീഷണി നേരിടുന്ന 510 തരം ശുദ്ധജലമത്സ്യങ്ങളെ ഈ വർഷം ലിസ്റ്റിൽ ഉൾപ്പെ ടുത്തി.

2000നുശേഷം പൂർണമായും ഇല്ലാതായ ചില ജീവികളുടെ പേർ വിവരം താഴെ നൽകുന്നു.

1. കോസ്റ്റാറിക്കയിലെ സുവർണതവള
2. ഹവായിയിലെ കാക്ക (Corvus hawaiiensis)
3. കാമറൂണിലെ കറുത്ത കണ്ടാമൃഗം
4. ടാൻസാനിയയിലെ കിഹൻസി സ്പ്രെടോഡ്

ക്രൂരമായ വേട്ടയാണ് കണ്ടാമൃഗങ്ങളെ നശിപ്പിച്ചതെങ്കിൽ ആവാസ വ്യവസ്ഥയുടെ നാശവും ഫംഗസ് രോഗവുമാണ് കിഹൻസീ ചൊറിത്ത വളകളെ കൊണ്ടുപോയത്. ഹവായിയിലെ കാക്കകൾ പരിസ്ഥിതിനാശ ത്തിന്റെ ഇരകളായിരുന്നു. ഹവായി ദ്വീപുകളിൽ ഇതേകാലത്ത് രണ്ടു തരം സസ്യജാതികളേയും കാണാതായി. ഓഹവായ് (Clermontea peleane) ഹഹ (Cyanea pinnakfida) എന്നിങ്ങനെയാണ് ഇവയുടെ നാട്ടിലെ നാടൻ പേരുകൾ.

പരിസ്ഥിതിയിലെ അതിനിസ്സാരം എന്നു തോന്നുന്ന മാറ്റങ്ങൾ പോലും ഒരു ജീവിയുടെ പൂർണനാശത്തിനു വഴിവെക്കാൻ ഇടയുണ്ട്. വ്യവസായ മാലിന്യം പെരുകിയതോടെ ഫാക്ടറികൾക്കരികിലെ ചില വൃക്ഷങ്ങളുടെ വെളുത്തതൊലി കരിപിടിച്ചു കറുത്തു. അതോടെ ഈ വെള്ളത്തടിയിൽ സുരക്ഷിതരായി ജീവിച്ച വെള്ളശലഭങ്ങൾക്ക് രക്ഷ യില്ലാതായി. അവ ഒന്നോടെ നശിച്ചു. കഴിഞ്ഞ നൂറ്റാണ്ടിൽ ചില ബ്രിട്ടീഷ് വ്യവസായനഗരങ്ങളിൽ സംഭവിച്ചതാണിത്.

അധികം ആലോചിക്കാതെ ഒരു ജീവിയെ മറ്റൊരു നാട്ടിൽനിന്ന് ഇറക്കുമതി ചെയ്തുവിട്ടാലും കുഴപ്പംതന്നെ. ആഫ്രിക്കൻ പായലിന്റെ യും ആഫ്രിക്കൻ ഒച്ചിന്റെയും കുളവാഴയുടെയും അരിപ്പൂച്ചെടികളുടെയും കഥ കേരളീയരോടു പറയേണ്ട കാര്യമില്ല. കളകളായി പടർന്ന് ഇപ്പോഴും ഇവ പരിസ്ഥിതിക്കും മറ്റു ജീവികൾക്കും നാശം വിതയ്ക്കുന്നു.

സഞ്ചാരിപ്രാവിനെയും പിങ്കതലയുള്ള താറാവിനെയുംപോലെ എണ്ണത്തിന്റെ സമൃദ്ധിക്കിടയിലും പല ജീവികളും നാശമടയുകയായി

ഏഷ്യൻകടുവ

രുന്നു. ജൈവസമ്പത്തിന്റെ ഈ അറ്റുപോയ കണ്ണികളുടെ എണ്ണം നിര വധിയാണ്. പരിസ്ഥിതിനാശവും ആഹാരത്തിനും മറ്റുംവേണ്ടിയുള്ള അമിതചൂഷണവും വെറും രസത്തിനുവേണ്ടിയുള്ള വേട്ടയുമെല്ലാം ഇവ യുടെ മരണ മണിമുഴങ്ങാൻ കാരണമായി. ജീവിച്ചിരിക്കുന്നവയ്ക്കും അവ യുടെ ഗതി ഉണ്ടാകാതിരിക്കാൻ നമുക്ക് മൺമറഞ്ഞുപോയ ഈ അപൂർവജീവജാതികളെക്കുറിച്ച് ഓർക്കാം. അവയുടെ നാശത്തിന് കാര ണമായ സാഹചര്യങ്ങളെക്കുറിച്ച് പഠിക്കാം.

വേൾഡ് വൈൽഡ് ഫണ്ടിന്റെ (WWF) ഏറ്റവും പുതിയ (2009 ഡിസംബർ) നിരീക്ഷണമനുസരിച്ച് ഇപ്പോൾ ഏറ്റവും വലിയ ഭീഷണി നേരിടുന്ന ലോകത്തിലെ പത്തു വന്യജീവികൾ താഴെപ്പറയുന്നവയാണ്. ഭീഷണിയുടെ കടുപ്പമനുസരിച്ചുള്ളതാണ് ഈ സ്ഥാനപ്പെടുത്തൽ. ഒന്നാം സ്ഥാനത്തുനിൽക്കുന്നത് കടുവകളും (Asian Tiger).

1. **ഏഷ്യൻകടുവ** – ഏതാണ്ട് 3,200 കടുവകൾ മാത്രമേ ഇനി ബാക്കി യുള്ളൂ. ആഗോളതാപനമടക്കമുള്ള കാര്യങ്ങൾ ലോകത്തിൽ കടു വയ്ക്കും ഭീഷണിയാണ്. വിശദവിവരങ്ങൾ കടുവകളെക്കുറിച്ചുള്ള പ്രത്യേകഭാഗത്ത് നൽകിയിട്ടുണ്ട്.

2. **ധ്രുവക്കരടി** – ഉത്തരധ്രുവമേഖലയിലെ ഈ അപൂർവജീവി അടുത്ത നൂറ്റാണ്ട് കാണില്ലെന്നാണ് ഇപ്പോഴത്തെ വിലയിരുത്തൽ.

മഞ്ഞുരുകൽ നിയന്ത്രിക്കാൻ കഴിഞ്ഞാൽ ഒരുപക്ഷേ, രക്ഷപ്പെട്ടേ ക്കും.

3. **പസിഫിക്ക് വാൽറസ്** – ദന്തം (ഐവറി) ഉള്ള സമുദ്രജീവി. ബറി ങ്, ചക്ചീസമുദ്രങ്ങൾ പ്രധാന ആവാസം. ഒരുകാലത്ത് പതിനാ യിരക്കണക്കിന് ഉണ്ടായിരുന്നു. ഒഴുകിപ്പോകുന്ന ഐസ് പലകക ളിൽ വിശ്രമിക്കും ഈ പെണ്ണത്തടിയൻ കടലാനകൾ. അതുതന്നെ

പസിഫിക്ക് വാൽറസ്

ഒരു കാഴ്ചയല്ലേ? കുഞ്ഞുങ്ങളെയും അതിനു മുകളിൽത്തന്നെ യിരുത്തി നോക്കിവളർത്തും എന്നുകൂടി കേട്ടാലൊ?

4. **മഗലനിക്ക് പെൻഗ്വിൻ** – ഭക്ഷണംതേടി പരമ്പരാഗത മേഖല കൾവിട്ട് സമുദ്ര പ്രവാഹത്തിൽ ആയിരത്തിലേറെ നാഴിക വട ക്കോട്ടു സഞ്ചരിക്കേണ്ടിവരുന്നു. ഈ യാത്രയ്ക്കിടയിൽ, അതിന്റെ അന്തിമ ലക്ഷ്യസ്ഥാനങ്ങളിൽ എത്തുംമുമ്പ് കൊടുംപട്ടിണി, ദാരുണ മരണം.

5. **ലതർ ബാക്ടർടിൽ** – വലുപ്പംകൊണ്ട് കടലാമകളിൽ ഏറ്റവും വലുത്. മത്സ്യബന്ധനപ്പടയുടെ ഇരയായി ഒടുങ്ങുന്നു. പെസഫിക്ക് സമുദ്രത്തിൽ ഇനി കഷ്ടിച്ച് 2,300 ലതർബാക്ടർടിൽകൂടി മാത്രമേ ബാക്കിയുള്ളൂ എന്ന് വന്യജീവിനിധി. ആഗോളതാപനവും ഭീഷണി യായിരിക്കുന്നു.

6. **നീലച്ചിറകുള്ള ട്യൂണ** (Bluefin Tuna) – ഉഷ്ണമേഖലാ സമുദ്രങ്ങ ളിലെ അയലയെപ്പോലുള്ള ഒരുതരം മത്സ്യമാണിത്. വെന്തചോ റിൽ മുട്ടയും പച്ചക്കറിയും വേവിക്കാത്ത ട്യൂണ ഇറച്ചിയും മറ്റും

ചേർത്ത് തയാറാക്കുന്ന ജപ്പാൻകാരുടെ സുഷി എന്ന വിഭവം ലോക പ്രസിദ്ധമാണ്. മികച്ചതരം സുഷി ഉണ്ടാക്കാൻ ടൂണയിറച്ചി തന്നെ വേണമെന്നു വന്നതോടെ ഇവയുടെ അമിതചൂഷണം വിനയായി.

7. **മൗണ്ടൻ ഗൊറില്ല** – ആൾക്കുരങ്ങുകൾക്കിടയിലെ ഈ മല്ലനായ, ആഫ്രിക്കൻ വാനരൻ കാട്ടിൽ ഇനി കഷ്ടിച്ച് 720 എണ്ണം കൂടിയേ ബാക്കിയുള്ളൂ. വേട്ടയും വൈറസ്ബാധയും റുവാണ്ട, ഉഗാണ്ട, കോംഗൊ എന്നിവിടങ്ങളിലേ ബാക്കിയുള്ളൂ. ആവാസനാശവുമാണ് നിലനിൽപ്പിനുള്ള പ്രധാന ഭീഷണികൾ.

നീലച്ചിറകുള്ള ടൂണ

8. **മൊണാർക്ക് ബട്ടർഫ്ളൈ** – ഈ രാജശലഭങ്ങളുടെ ദേശാന്തര യാത്രകൾ ഏതു പ്രകൃതിസ്നേഹിയെയാണ് രോമാഞ്ചകഞ്ചുക മണിയിക്കാത്തത്? വടക്കെ അമേരിക്കയിൽ (കാനഡയിലും മറ്റും) ചുടുകൂടുന്നതോടെ ഇവ മധ്യഅമേരിക്കയിൽ മെക്സിക്കോയിലെ പൈൻമരക്കാടുകളെ ലക്ഷ്യമാക്കി കൂട്ടംകൂട്ടമായി പറക്കാൻ തുടങ്ങുകയായി. പൈൻമരങ്ങളുടെ തണുപ്പ് ഇവയുടെ ജീവൻ നിലനിർത്തുന്നു. എന്നാൽ യഥാവസരം ഈ ആശ്വാസഭൂമിയിൽ എത്താൻ കഴിഞ്ഞില്ലെങ്കിലോ? മൊണാർക്കുകൾ കൂട്ടത്തോടെ ചത്തടിയും. മൊണാർക്കുകളുടെ ദേശാടനകഥകൾ വെറും ഓർമകൾ മാത്രമായി അവസാനിക്കാൻ ഇനിയെത്ര കാലം? ശത്രുകൾക്ക് ഇരയാവാതിരിക്കാൻ ലാർവഘട്ടത്തിൽ മിൽക്ക്വീഡ് ചെടി

മൊണാർക്ക് ബട്ടർഫ്ളൈ

യിൽ നിന്ന് വിഷം ശേഖരിക്കാറുണ്ട്. മിൽക്ക്‌വീഡ് പുല്ല് നശിക്കു
ന്നതും നിലനിൽപ്പിന് ഭീക്ഷണിയാണ്.

9. **ജാവയിലെ റിനൊ** – വലുപ്പത്തിൽ മുമ്പനായ ഈ കണ്ടാമൃഗ
ജാതികൾ ഇപ്പോൾ കടുത്ത ഭീഷണിയിലാണ്. ലോകത്തെങ്ങും
റിനൊകളുടെ സ്ഥിതി ഏതാണ്ട് ഇതുതന്നെയാണ്. ഒരുതരം കണ്ടാ
മൃഗമെങ്കിലും നാടുനീങ്ങിയതായി സ്ഥിരീകരിച്ചത് ഈ നൂറ്റാ
ണ്ടിൽത്തന്നെയല്ലെ? ആഫ്രിക്കയിലായാലും മറ്റു ഭൂവിഭാഗങ്ങളി
ലായാലും ക്രൂരമായ സന്തോഷങ്ങൾക്കായി ഇവ വെടിവച്ചു കൊല്ല
പ്പെടുന്നു. കൊമ്പിനും മറ്റും ഔഷധവീര്യമുണ്ടെന്ന് അന്ധവിശ
്വാസം പ്രകൃതിയോടും അതിന്റെ മടിത്തട്ടിൽ ജീവിക്കുന്ന സാധാ
രണ മനുഷ്യരോടും വെള്ളക്കാർ കാട്ടിയ ഇത്തരം ക്രൂരതകളെ
ക്കുറിച്ച് ഓർമിപ്പിക്കുന്നുണ്ട്.

10. **ചൈനയിലെ ഭീമൻ പാണ്ട** – 1961ൽ WWF ആരംഭിച്ച കാലം
തൊട്ട് അതിന്റെ പ്രതീകമായി അറിയപ്പെട്ടുവരുന്ന ഈ സാധുജീ
വികളുടെ എണ്ണം
ഇപ്പോൾ ഏതാണ്ട്
ആയിരത്തിഅറു
നൂറു മാത്രമാണ്.
മുളങ്കൂമ്പുകൾ
മാത്രം തിന്നു ജീ
വിക്കുന്ന ഇവ
യുടെ നിലനിൽ
പ്പിനു ഭീഷണി
മുളകളുടെ അഭാ
വമല്ല. പ്രത്യുൽ
പ്പാദനവുമായി
ബന്ധപ്പെട്ട എ
ന്തോ പ്രശ്നമാണ്.

ഭീമൻ പാണ്ട

കൂട്ടിലായാലും കാട്ടിലായാലും അവയിൽ സന്താനോൽപ്പാദനം
വേണ്ടപോലെ നടക്കുന്നില്ല. പകുതിയെണ്ണം പാണ്ടകൾക്കു
മാത്രമേ ഇപ്പോൾ പൂർണ സംരക്ഷണങ്ങൾ കിട്ടുന്നുള്ളൂ. ഇവയുടെ
ആവാസങ്ങൾ തമ്മിൽ അത്രയും ബന്ധമില്ലായ്മയുണ്ട് എന്നതാണ്
പ്രശ്നം. പാണ്ടകളുടെ മുഖ്യ ആവാസകേന്ദ്രങ്ങളെ ഇടനാഴികൾ
ഉണ്ടാക്കി ബന്ധിപ്പിക്കാൻ ശ്രമം നടന്നുവരുന്നു.

ലോക വന്യജീവി നിധിയുടെ ഈ ലിസ്റ്റിനൊപ്പം ചേർത്തു വായി
ക്കേണ്ടതാണ് ഇതേകാലത്ത് (2009 അവസാനം) ആഗോളതാപനം മൂലം
കടുത്ത വംശനാശഭീഷണി നേരിടുന്ന പത്തുജീവികളുടെ IUCN തയാറാ
ക്കിയ ഈ പട്ടിക.

1. **ക്ലൗൺഫിഷ്** – സമുദ്രജലം കൂടുതൽ CO_2 ആഗിരണം ചെയ്യു

ക്ലൗൺഫിഷ്

ന്നു. ഇതനുസരിച്ച് അതി
ന്റെ അമ്ലത വർധിക്കുന്നു.
കടൽജീവികൾക്കെല്ലാം
പൊതുവേ ജലത്തിന്റെ
അമ്ലത ഭീഷണിയാകുന്നു.
ചില ജീവികൾ ഇതി
നോട് കുറഞ്ഞ സംവേ
ദനക്ഷമത കാട്ടും. ക്ലൗൺ
ഫിഷ് അതിൽ ഒന്നാണ്.
അമ്ലത ക്ലൗൺ മത്സ്യത്തെ
എങ്ങനെ ബാധിക്കുന്നു
എന്നല്ലേ? ഗന്ധഗ്രഹണ ശേഷിയിൽ ഗണ്യമായ കുറവുണ്ടാകു
ന്നു. ഇതുമൂലം സ്വന്തം സംരക്ഷണത്തിനായി ആശ്രയിക്കുന്ന
കടൽപ്പൂവുകളെ (സീ അനിമോൺ സ്) കണ്ടെത്താൻ കഴിയാതാ
വുന്നു.

2. **ചക്രവർത്തി പെൻഗ്വിൻ** – അന്റാർട്ടിക്കയിലെ അതികഠിനമായ

പെൻഗ്വിൻ

തണുപ്പുപോലും
സഹിക്കാൻ കഴി
വുള്ള ഈ ജീവി
കൾക്ക് ഇണചേരാ
നും കുഞ്ഞുങ്ങളെ
വളർത്താനും ഹിമ
പാളികൾ നിറഞ്ഞ
ആവാസം ആവശ്യ
മുണ്ട്. ഐസ് ഉരു
കൽനിരക്ക് അതി
വേഗം വർധിക്കു
മ്പോൾ ചക്രവർത്തി
പെൻഗ്വിൻ പക്ഷി
കൾക്ക് ഇണചേ
രാൻ അവസരം
നഷ്ടപ്പെടുന്നു.

3. **കോലകരടി (Koala Bear)** – കാർബൺ ഡൈ ഓക്സൈഡിന്റെ
സാന്ദ്രീകരണം കൂടിയതോടെ കോലയുടെ ഭക്ഷണമായ യൂക്കാലീ
പ്റ്റസിന്റെ ഇലകളിൽ കാർബണിന്റെ അളവ് ഗണ്യമായി കൂടി.
ഇതിന് ആനുപാതികമായി ഇലകളുടെ പോഷകഗുണം കുറഞ്ഞിരി
ക്കുന്നു. കഠിനമായ വരൾച്ചാ കാലങ്ങൾ പതിവായതോടെ കാട്ടു
തീയുണ്ടാക്കുന്ന കെടുതികളും കൂടിയിരിക്കുന്നു. കോലകളുടെ
കൂട്ടമരണവും.

കോലകരടി

4. **ബെലുഗ തിമിംഗലം** – മഞ്ഞുരുകൽ കലശലായതോടെ ആർട്ടിക്
സമുദ്രത്തിന്റെ പ്രകൃതിയാകെ മാറി. ആർട്ടിക്കിലെ അതിസമ്പന്ന
മായ ധാതുനിക്ഷേപത്തിലാണ് മിക്ക രാജ്യങ്ങളുടെയും കണ്ണ്.
ബലുഗ തിമിംഗലങ്ങളുടെ ഈ പറുദീസയിൽ ഇപ്പോൾ കൂടുതൽ
കപ്പലുകൾ എത്തുന്നു. ധാതുചൂഷണം അനിയന്ത്രിതമായിരിക്കു
ന്നു. സ്വാഭാവികമായും വെള്ളത്തിമിംഗലങ്ങളായ ബെലുഗയുടെ
വംശം മുടിയുന്നു.

5. **ലതർബാക്ക് ആമ** – ലോക വന്യജീവിനിധിയുടെ പട്ടികയിലും
ഇത് അഞ്ചാം സ്ഥാനത്താണെന്നോർക്കുക. ചൂട് പരിധിവിട്ട് കൂടുന്ന
തോടെ കൊടുങ്കാറ്റുകൾ എണ്ണത്തിലും ശക്തിയിലും കൂടുതൽ
അപകടകാരികളാവുന്നു. കാറ്റടിക്കുന്ന ബീച്ചുകളിൽ മുട്ടയിടാൻ

ലതർബാക്കുകൾ വന്നുപോവുന്നതെങ്ങനെ.?

6. **തെക്കൻ ആഫ്രിക്കയിലെ കിവിർവൃക്ഷം** – ആഗോളതാപനം ഒരു വൃക്ഷത്തിന്റെ പൂർണനാശത്തിനും കാരണമാകുന്നു എന്നു കേൾക്കുമ്പോൾ വിശ്വസിക്കാൻ പ്രയാസമുണ്ടാവും. അതികഠിന മായ വരൾച്ചയാണ് ഇതിന്റെ അന്തകൻ.

7. **സ്റ്റാഗ്ഹോൺകോറൽ** – കലമാൻ കൊമ്പുപോലെ ശാഖകളും ഉപശാഖകളുമുള്ള ഈയിനം പവിഴപ്പുറ്റുകൾക്ക് 160 ഓളം സ്പീഷി സുകളുണ്ടത്രെ. കടൽജലത്തിന്റെ അമ്ലതമൂലം ഇവയുടെ അസ്ഥി കൂടങ്ങൾക്ക് ഉണ്ടാവുന്ന ബ്ലീച്ചിങ് ആണ് ഇവയുടെ നാശ കാരണം.

8,9. **ആർട്ടിക്ക് കുറുക്കനും വലയമുള്ള സീലുകളും** (Artic fox and Ringed seal). ആർട്ടിക്കിലെ ഈ രണ്ടു ജന്തുവിഭാഗങ്ങളും ഒരേ വിധിയെ നേരിടുന്നു. ചക്രവർത്തി പെൻഗ്വിനുകളെപ്പോലെ, ഐസ് ഇല്ലെങ്കിൽ ഇവയ്ക്കും ജീവിതമില്ല.

10. **സാൽമൺ** (salmon) – പ്രജനനകാലത്ത് മുട്ടയിടാൻ കടലിൽ നിന്ന് നദികളിലേക്ക് കയറുന്ന ഒരുതരം വെള്ള മത്സ്യമാണിത്. കടലിൽനിന്ന് നദിയിലേക്കുള്ള ദേശാന്തരഗമനം പ്രസിദ്ധമാണ്. ജല ത്തിന്റെ ചൂടുകൂടിയതോടെ അതിൽ അലിഞ്ഞുചേരുന്ന ഓക്സി ജന്റെ അളവ് കുറഞ്ഞു. എണ്ണം ഗണ്യമായി കുറയുംവിധം ഇത് പ്രജനനത്തെ ബാധിച്ചതാണ് പ്രശ്നം.

മുകളിൽ സൂചിപ്പിച്ച ഇരുപതു ജീവികളിൽ പന്ത്രണ്ടും ജലജീവി കൾ ആണെന്നു കാണാം. ജലമലിനീകരണത്തേക്കാൾ കാലാവസ്ഥാ മാറ്റംമൂലമുള്ള ആവാസനഷ്ടം വംശനാശത്തിനുള്ള ഏറ്റവും വലിയ കാരണമായി മാറിയിരിക്കുന്നു.

ചുടുകൂടി വരുന്നതിന്റെ കെടുതികൾ കേരളത്തിന്റെ വന്യപ്രകൃതി യെപ്പോലും ബാധിച്ചതിന്റെ ലക്ഷണങ്ങൾ ഈ വർഷം വേനലാരംഭ ത്തിൽത്തന്നെ കാണാൻ കഴിഞ്ഞു. ശരാശരി ഊഷ്മാവ് 38^0c യും ചിലേട ങ്ങളിൽ 42^0c യും ഒക്കെ ആയി വർധിച്ചത് പെട്ടെന്നായിരുന്നു. സൂര്യാ ഘാതത്തിന്റെ കെടുതികൾ ഉച്ചച്ചൂടിൽ പുറത്തിറങ്ങിയ പലരും അനുഭ വിച്ചു. പലർക്കും പൊള്ളലേറ്റു. ചൂട് മൃഗങ്ങളെയും ബാധിച്ചു.

ഇതിൽ ഏറ്റവും ശ്രദ്ധേയമായി തോന്നിയത് കേരളത്തിലെ വടക്കൻ വനമേഖലയിൽ രാജവെമ്പാലകൾ ദൃശ്യമാക്കിയ ചില സ്വഭാവമാറ്റങ്ങ ളാണ്. മാർച്ച് മാസത്തിലെ ആദ്യദിവസങ്ങളിൽ മാത്രം കണ്ണൂർ ആറളം വനമേഖലയ്ക്കും വടക്ക് കാസർകോട് രാജപുരം – കോട്ടഞ്ചേരി മേഖ ലയ്ക്കുമിടയിൽ പതിനഞ്ചോളം രാജവെമ്പാലകളെയാണ് വനങ്ങളോ ടുചേർന്ന പാർപ്പിടങ്ങളുടെ പരിസരങ്ങളിൽനിന്ന് പിടികൂടിയത്. പാമ്പു കൾക്ക് ചൂട് അധികം സഹിക്കാനാവില്ല. രാജവെമ്പാലകൾക്ക് 25^0c പോലും കൂടിയ ചൂടാണ്. ഈർപ്പവും തണുപ്പും തേടി അവ വെള്ളക്കു ഴികളുടെ പരിസരങ്ങളിലേക്കു നീങ്ങും. ഇക്കുറി കാട്ടിലെ നീർച്ചാലുകൾ പോലും നേരത്തെ വറ്റി. രക്ഷതേടി കാട്ടുപാമ്പുകൾ ജനവാസമുള്ള പരി സരങ്ങളിലേക്കു നീങ്ങി. പുലികളും ആനകളും നാട്ടിലിറങ്ങാൻ മറ്റൊരു

കാരണംകൂടി ഉണ്ടായിരിക്കുന്നു എന്നർഥം. ഈ രീതിയിലുള്ള വന്യ ജീവികളുടെ പെരുമാറ്റം കാലാവസ്ഥാ മാറ്റംമൂലം ഉണ്ടാകാനിടയുള്ള ജൈവവൈവിധ്യനാശത്തിന്റെ വ്യക്തമായ സൂചനയാണ്.

മനുഷ്യനെയും മറ്റു ജീവികളെയും ബാധിക്കാനിടയുള്ള ഹരിതഗൃഹവാതകങ്ങൾ 8 സ്ഥാനക്രമമനുസരിച്ച്

കോപ്പൻഹേഗൻ ഉച്ചകോടിയുമായി ബന്ധപ്പെട്ട് 2009 ഡിസംബറിൽ പുറത്തുവന്ന ഏറ്റവും പുതിയ കണക്ക് നോക്കുക:

---

1. കാർബൺ ഡൈ ഓക്സൈഡ് (Co_2)
2. മീഥേൻ (CH_4)
3. നൈട്രസ് ഓക്സൈഡ് (N_2O)
4. ഹൈഡ്രോഫ്ളൂറോ കാർബൺ (CHcs)
5. പെർ ഫ്ളൂറോ കാർബൺസ് (PFcs)
6. സൾഫർഹെക്സാഫ്ളൂറൈഡ് (SF_6)
7. ജലബാഷ്പം (H_2O)
8. ഓസോൺ (O_3)

ഹരിതഗൃഹ വാതകങ്ങളുടെ ആളോഹരി ഉൽപ്പാദനത്തിൽ മുമ്പിൽ നിൽക്കുന്ന 10 രാജ്യങ്ങൾ

1.	യു എസ് എ	19.1 ടൺ
2.	കാനഡ	17.37
3.	റഷ്യ	11.21
4.	തെക്കൻ കൊറിയ	10.09
5.	ജർമനി	9.71
6.	ജപ്പാൻ	9.68
7.	ബ്രിട്ടൻ	8.6
8.	ദക്ഷിണ ആഫ്രിക്ക	(7.27)
9.	ഫ്രാൻസ്	5.81
10.	ചൈന	(4.57)

(അവലംബം : ഇന്റർനാഷണൽ എനർജി ഏജൻസി ഡാറ്റ 2008)

4

ഇവർ തിരിച്ചുവന്നവർ

ആശ്വാസം! വംശനാശഭീഷണിയുടെ ചില കൂരിരുട്ടിലും ചില പ്രകാ ശനാളങ്ങൾ കാണാനുണ്ട്. പോയെന്നു കരുതിയ ചിലർ തിരിച്ചുവന്ന ചില അപൂർവ സംഭവങ്ങളും വന്യജീവിലോകത്തിൽ ഉണ്ടാവുന്നു. ചില സംഭവങ്ങൾ ഇവിടെ അവതരിപ്പിക്കാം.

1. **സീലക്കാന്ത് എന്ന ശ്വാസകോശമത്സ്യം** – 6.5 കോടി വർഷംമുമ്പ് ദിനോസോറുകളുടെ അന്ത്യകാലത്ത് ഈ ചരിത്രാതീതകാല മത്സ്യ ഭീമൻ അന്തർധാനം ചെയ്തു എന്ന് അടുത്തകാലംവരെയും വിശ്വസിച്ചു. എന്നാൽ ജീവിക്കുന്ന ഇത്തരം ഒരു ഫോസിലിനെ തെക്കെ ആഫ്രിക്കൻ പ്രദേശത്ത് ഇന്ത്യാസമുദ്രത്തിൽനിന്ന് 1938 ൽ ജീവനോടെ പിടിച്ചു. Latimeria chalumne എന്ന ശ്വാസകോശ മത്സ്യമാണെന്ന് സ്ഥിരീകരിച്ചു. പിന്നീട് ഇവിടെനിന്ന് ഏതാണ്ട് ആറായിരം കിലോമീറ്റർ ഇപ്പുറത്ത് ഇന്തോനേഷ്യൻ തീരത്തുനിന്നും ഈ മത്സ്യത്തെ കിട്ടി. ചന്തയിൽ വിൽപ്പനയ്ക്കുവച്ച ജീവനുള്ള ഒരു അപൂർവമത്സ്യത്തെ മീൻമേടിക്കാൻവന്ന ഒരു ജന്തുഗവേഷകന്റെ ഭാര്യ യാദൃച്ഛയാ കാണുകയായിരുന്നു. ഏതാണ്ട് പൂർണ വളർച്ച യെത്തിയ ശ്വാസകോശങ്ങളുമായി ജീവിക്കുന്ന ഇവ ജലവായു ശ്വസിച്ചുജീവിക്കുന്ന ജീവികളിൽനിന്ന് കരയിൽ ജീവിക്കുന്ന ശ്വാസ കോശ ജീവികളിലേക്കുള്ള പരിണാമത്തെ വിളംബരം ചെയ്യുന്നു.

2. **അംഗോളൻ ആന്റിലോപ്** – അംഗോളയിലെ ആഭ്യന്തര യുദ്ധക്കാ ലത്ത് കാടുനശിച്ചും സൈനികർ ആഹാരമാക്കിയും ഈ അപൂർവ കൃഷ്ണമൃഗങ്ങൾ പൂർണമായും നശിച്ചുപോയതായി പ്രഖ്യാപന മുണ്ടായി. അംഗോളയുടെ ദേശീയമൃഗമായിരുന്നു. 2005നടുത്ത് ഇൻഫ്രാറെഡ് ക്യാമറാസംവിധാനം ഉപയോഗിച്ച് ഏതാനും മൃഗ ങ്ങളെ കണ്ടെത്തി.

അംഗോളൻ ആന്റിലോപ്

3. **വൊള്ളെമി** (wollemi) പൈൻവൃക്ഷങ്ങൾ – ശ്വാസകോശ മത്സ്യ
ങ്ങളെപ്പോലെ ജുറാസിക് കാലഘട്ടത്തിന്റെ ഓർമയായി അവശേ
ഷിച്ച ജീവിക്കുന്ന ഫോസിൽ വൃക്ഷം. 'പച്ച ദിനോസോർ' എന്നാ
ണ് അപരനാമധേയം. 1994 മുമ്പുവരെ ഇത്തരം പൈൻ വൃക്ഷങ്ങൾ
ഫോസിൽ രൂപത്തിലേ ഉള്ളൂ എന്നു വിശ്വസിക്കപ്പെട്ടു. അങ്ങനെ
യിരിക്കെ ആ വർഷം ആസ്ത്രേലിയയിൽ സിഡ്നിക്കടുത്ത്
വെള്ളെമി നാഷണൽ പാർക്കിൽ യാദൃച്ഛികമായി കണ്ടെത്തി. (മര
ത്തിന്റെ സുരക്ഷയോർത്ത് പാർക്കിന്റെ ഏതു ഭാഗത്താണ് മരങ്ങൾ
വളരുന്നതെന്ന് ഇതുവരെ വെളിപ്പെടുത്തിയിട്ടില്ല. ഇക്കാലമത്രയും
ഈ മരം മാറ്റമൊന്നുമില്ലാതെ നിലനിൽക്കുകയായിരുന്നു. അതേ
സമയം പൈനുകളുടെ ഇന്നു നിലനിൽക്കുന്ന രൂപങ്ങളാകട്ടെ വ്യത്യ
സ്തവുമാണ്. മാറ്റങ്ങൾക്കിടയിലും മാറ്റമില്ലാതെ നിലനിൽക്കുന്ന
തരം പൂർവികരൂപങ്ങളെയാണല്ലോ ജീവിക്കുന്ന ഫോസിൽ എന്നു
വിളിക്കുന്നത്. പാർക്കിനുവെളിയിൽ പല സ്ഥലങ്ങളിലായി വെറും
നൂറോളം വൊള്ളെമി വൃക്ഷങ്ങൾ മാത്രമേ ജീവിച്ചിരിപ്പുള്ളൂ എന്നു
കരുതപ്പെടുന്നു. നാൽപ്പതടി പൊക്കത്തിലും തായ്ത്തടി ഏതാണ്ട്
ഒരു മീറ്റർ വണ്ണത്തിലും വളരുന്ന പൈൻജാതികളാണിവ. നേരെ
നിൽക്കുന്ന ശാഖകളിലെ സുഷുപ്തമുകുളങ്ങൾ വളർന്ന് ശാഖക

ളോടുകൂടിയ തായ്ത്തടിപോലെ വളരുന്നതുകൊണ്ട് മരത്തിന്മേൽ മരം വളർന്നുനിൽക്കുന്ന പ്രതീതിയുണ്ടാകും. മറ്റു കോണിഫർ വൃക്ഷങ്ങളെപ്പോലെ സൂച്യാകാരത്തിലുള്ള ആൺ–പെൺ കുമ്പു കൾ ഉൽപ്പാദിപ്പിക്കും. സൂച്യാകാര വൃക്ഷങ്ങളുടെ പരിണാമത്തെ ക്കുറിച്ച് കൂടുതൽ കാര്യങ്ങൾ മനസിലാക്കാൻ ഈ ജീവനുള്ള ഫോസിൽ വൃക്ഷം തീർച്ചയായും സഹായിക്കും.

4. **ദന്തക്കൊക്കുള്ള അമേരിക്കൻ മരംകൊത്തി** (Ivory Billed wood-pecker) – ഒരു കാക്കയുടെ വലുപ്പം. കൂട്ടംചേർന്ന് കരഞ്ഞ് ബഹള മുണ്ടാക്കും. 1940നോട് അടുത്ത് വംശനാശം സംഭവിച്ചു. 1999ൽ സ്വാ ഭാവിക ആവാസവ്യവ സ്ഥയിൽ കണ്ടെത്തി.

5. **ജർഡൻസ് കോഴ്സർ –** ഈ രാപ്പക്ഷിയെ 1930നു ശേഷം കാണാത്തതു കൊണ്ട് അത് പൂർണ മായും നശിച്ചുപോയ തായി വിലയിരുത്തി. 1986 ൽ ആന്ധ്രയിൽ ഗോദാവരി താഴ്‌വരയിൽ ഏതാനും പക്ഷികളെ കണ്ടെത്തി. സഞ്ചാരിപ്രാവിന്റെ നാ ടായ വടക്കെ അമേരിക്ക യിൽ ഔദ്യോഗികമായി വംശനാശം അംഗീകരി ക്കപ്പെട്ട ഏതാനും ചില

ദന്തക്കൊക്കുള്ള അമേരിക്കൻ മരംകൊത്തി

പക്ഷികളെക്കൂടി ഇപ്പോൾ കണ്ടെത്തിയിട്ടുണ്ട്. കരോലീനയിലെ തത്ത, ബക്ക്മാന്റെ വാർബ്ളർക്കിളി, എസ്കിമോ കർല്യുബകം, ചെറുതരം കർല്യുകൊറ്റി എന്നിവ ഉദാഹരണം. എസ്കിമൊകർല്യു ബകങ്ങൾ ഇപ്പോൾ യൂറോപ്പിലെതന്നെ ഏറ്റവും അപൂർവമായ പക്ഷികളാണ്.

6. **സ്പീങ്ക്സ്തത്ത** (spinx's macaw) – ബ്രസീലിലെ കാടുകളിൽനിന്ന് അപ്രത്യക്ഷമായിട്ട് വർഷങ്ങൾ കഴിഞ്ഞു. പിങ്ക്തലയുള്ള അമേരി ക്കൻ താറാവിനെ രണ്ടാംലോക യുദ്ധക്കാലത്തിനുശേഷം കണ്ടവ രില്ല. കണ്ടെത്താൻ കഴിവുള്ള പ്രതീക്ഷയിൽ അന്വേഷണം തിരു തകൃതിയായി നടക്കുന്നു. ഇന്ത്യൻ ജാതികൾ അത്യപൂർവമായി ഹിമാലയ മേഖലയിലുണ്ട്.

ശുഷ്കാന്തിയോടു കൂടിയുള്ള പരിരക്ഷണപ്രവർത്തനങ്ങൾ പക്ഷി കളുടെ എണ്ണത്തിൽ വർധനവുണ്ടാക്കിയതിനും ഉദാഹരണങ്ങളുണ്ട്.

സ്പീക്സ്തത്ത

പസഫിക്ക് ദ്വീപുകളിലെ റിമി ടരത്തകൾ ലോകത്തിലെ ഏറ്റവും സുന്ദരൻ പക്ഷിക ളായി അറിയപ്പെടുന്നു. അല ങ്കാരത്തൂവലിനുവേണ്ടി പണ്ടു കാലം തൊട്ടേ ഇവ നൂറുകണ ക്കിനായി കൊല്ലപ്പെട്ടു. ആ രീതിയിലുള്ള വേട്ട കുറഞ്ഞു വന്നപ്പോൾ റിമിടര തത്ത കൾക്ക് പുതിയൊരു ശത്രുവു ണ്ടായി. കപ്പലുകളിൽനിന്ന് ദ്വീ പിൽ എത്തിയ മാംസഭോജിക ളായ ഒരുതരം ഇറച്ചിതീനി

എലികളാണിവ. തദ്ദേശീയരായ ചെറുതരം എലികൾ സസ്യഭോജിക ളാണ്. തത്തകളെ തിന്ന് കറുത്ത എലികൾ കണ്ടമാനം പെരുകി. വിര ലിൽ എണ്ണാവുന്ന ഏതാനും തത്തകൾ മാത്രം അവശേഷിച്ചു. പരിര ക്ഷണ പ്രവർത്തകർ ഇവയെ ശത്രു എലികൾ ഇല്ലാത്ത അടിയു എന്ന ഒരു ചെറു പവിഴ ദ്വീപിലേക്കു മാറ്റി സംരക്ഷിച്ചു. ഇപ്പോൾ തത്തക ളുടെ എണ്ണം ആയിരത്തിലേറെ ആയിരിക്കുന്നു.

അനുകൂല സാഹചര്യങ്ങൾ നൽകി പരിരക്ഷിക്കുന്നപക്ഷം തീർച്ച യായും പല അപൂർവ സ്പീഷിസിനേയും സംരക്ഷിക്കാൻ കഴിയും. കേര ളത്തിലെ മയിലുകളുടെ കാര്യംതന്നെ നോക്കൂ. വേട്ടയും രാസകീടനാശി നികളും അവയ്ക്ക് ഗുരുതരമായ രീതിയിൽ നാശംവരുത്തി. എന്നാൽ അവസരോചിതമായ ബോധവൽക്കരണ പ്രവർത്തനങ്ങൾ ഗുണംചെ യ്തു. മയിൽവേട്ട കുറഞ്ഞു. വടക്കൻ കേരളത്തിലെങ്കിലും ഇപ്പോൾ പല സ്ഥലത്തും വളരെ കാലത്തിനുശേഷം മയിലുകളെ കാണാം. അവ യുടെ കരച്ചിൽ കേൾക്കാം. അലംഭാവം പക്ഷേ അപകടം വരുത്തും.

പക്ഷികൾ ഏറ്റവും കടുത്ത വംശനാശഭീഷണി നേരിടുന്ന 10 ലോക രാഷ്ട്രങ്ങളിൽ പ്രധാനപ്പെട്ട ഒന്നായി ഇന്ത്യ തുടരുകയാണ്. ബ്രസീലാണ് ഏറ്റവും മുമ്പിൽ (141 സ്പീഷിസ്). ഗുരുതരമായ വംശനാശഭീഷണി നേരി ടുന്ന 88 ഇനം പക്ഷികളാണ് ഇന്ത്യയിലുള്ളത്. ഇതിൽ ഗുരുതരഭീഷ ണിയുള്ളവ 13. അതിൽ കുറഞ്ഞ ഭീഷണിയുള്ളവ 10.

ഗുരുതര ഭീഷണിനേരിടുന്ന ഏതാനും ചില പക്ഷികളുടെ പേരു വിവരമിതാ:

ബെയേഴ്സ് പൊർച്ചാട്.
ഹിമാലയൻ കൊയിലുകൾ.
പിങ്കതലയുള്ള താറാവ്.
വെള്ള അടിവയറുള്ള ബകം (heron).
ജർഡൻസ് കോഴ്സർ.

സൈബീരിയൻ കൊക്ക്.

നാലുതരം കഴുകന്മാർ.

കേരളത്തിലെ ഒരുതരം പക്ഷിയും ഇതിൽപ്പെട്ടിട്ടില്ല. പക്ഷികൾ നേരിടുന്ന ഏറ്റവും വലിയ ഭീഷണി കാലാവസ്ഥാ മാറ്റമാണെന്നതാണ് ഏറ്റവും പുതിയ വിലയിരുത്തൽ.

5

ഇവർ പണ്ടേ പോയവർ

പോകുന്നു, പോകുന്നു, പോയി (*Going, Going, Gone*) എന്നത് പ്രസിദ്ധ വന്യജീവി പരിരക്ഷകനായ മാൽകം ടെയ്റ്റ് എഴുതിയ പുസ്ത കത്തിന്റെ ശീർഷകമാണ്. പോകാനിരിക്കുന്നവയെക്കുറിച്ചും പോയിക്കൊ ണ്ടിരിക്കുന്നവയെക്കുറിച്ചും പറഞ്ഞുകഴിഞ്ഞു. പണ്ടേ സ്ഥലംവിട്ട ചില വയെക്കുറിച്ചാണ് ഇനി പറയാനുള്ളത്. ആധുനിക മനുഷ്യൻ പിറന്നു വീണതിനുശേഷം, അവൻ ഭൂമിയിലെ സർവ ശക്തനായി വളർന്ന് ജൈവ മണ്ഡലമാകെ നിറഞ്ഞുനിന്നതിനുശേഷം ഉണ്ടായ അത്യാഹിതങ്ങളി ലേക്ക് കണ്ണോടിക്കുകയാണിവിടെ. ചെയ്ത തെറ്റിന്റെ വലുപ്പത്തെക്കുറി ച്ചറിയുന്നത് ഇനി തെറ്റുചെയ്യാതിരിക്കാനുള്ള പ്രേരണയാകുമെന്ന് പ്രതീ ക്ഷിക്കാം.

ആധുനിക മനുഷ്യൻ പിറന്നുവീണ ശേഷം അതേകാലത്ത്, ഏതാണ്ട് 500,00 വർഷംമുമ്പ് ഒരു ഹിമയുഗമുണ്ടായി. ഇതിന്റെ ഏതാണ്ട് മധ്യത്തിൽവച്ച്, ഭക്ഷണം കിട്ടാതെ ഗുഹക്കരടികൾ (Ursus spleeus) ഭക്ഷണം കിട്ടാതെ നശിച്ചുപോയതായി പറയുന്നു. ഇന്നത്തെ മറ്റുകരടി ജനുസുകളിൽ നിന്നെല്ലാം വ്യത്യസ്തമായി പൂർണ സസ്യഭുക്കുകളായി രുന്നു ഇവ. ഈ രീതിയിൽ സസ്യഭക്ഷണം മാത്രം ഇഷ്ടപ്പെടുന്ന കരടി കൾ ഇന്നു ജീവിച്ചിരിപ്പില്ല. അത് നിയാണ്ടർത്താൽ മനുഷ്യന്റെ കാലമായി രുന്നു. ഇവർ ഈ കരടിയെ ആരാധിച്ചിരുന്നു എന്നു വിശ്വസിക്കപ്പെടുന്നു. നിയാണ്ടർത്താൽ മനുഷ്യൻ താമസിച്ചിരുന്ന ഗുഹകളിൽനിന്ന് ഇവയുടെ തലയോട്ടികളും അസ്ഥികളും ധാരാളം ലഭിച്ചിട്ടുണ്ട്. ഇവയുടെ പൂർണ നാശത്തിൽ അന്നത്തെ മനുഷ്യന് പങ്കില്ലെന്നാണ് വിശ്വാസം. യൂറോ പ്പിലെ ആൽപൈൻ മേഖലയിൽനിന്നാണ് ഇവയുടെ ഫോസിലുകൾ കിട്ടി യത്. ശിശിരനിദ്രയ്ക്കായും മറ്റും ഇവ ആൾപ്പാർപ്പില്ലാത്ത ഗുഹകളെ

അഭയം പ്രാപിച്ചിരു
ന്നു. സസ്യഭക്ഷണ
ത്തോടുള്ള കടുത്ത
നിഷ്ഠ കൊടും ത
ണുപ്പിനെ അതിജീ
വിക്കാനുള്ള ശേഷി
കുറച്ചിരിക്കാം. അ
ക്കാലത്തെ ഭീമൻ ആ
നകളായ മഹാദന്തി
യും ഗുഹാസിംഹ
വും കുറച്ചുകൂടി കഴി
ഞ്ഞാണത്രെ യാത്ര
പറഞ്ഞുപോയത്.
അതേസമയം പു
ള്ളികളുള്ള ഒരുതരം

മഹാദന്തി ആന

കഴുതപ്പുലികൾ (crocuta crocuta) ഗുഹക്കരടിയോടൊപ്പം അപ്രത്യക്ഷ
മായി.

ഇക്കാലം പെരുക്കിത്തീനികളുടേതായിരുന്നു. പിന്നീട് ഒരു 10000
വർഷം മുമ്പ് മനുഷ്യൻ കൃഷിചെയ്യാൻ തുടങ്ങി. നദീതീരങ്ങളിൽ താമ
സമായി. സമൂഹജീവിതവ്യവസ്ഥയ്ക്ക് തുടക്കമായി. കൃഷിയുമായും
ബന്ധപ്പെട്ട് പ്രകൃതിയുമായി കൂടുതൽ ഇടപഴകി. ഇണങ്ങിയും പിണ
ങ്ങിയുമുള്ള ഒരു ബന്ധമായിരുന്നു അത്. വന്യജീവികൾക്ക് അങ്ങനെ
ദ്രോഹകരമായിരുന്നില്ല അത്. ക്രമത്തിൽ സ്വകാര്യസ്വത്ത് എന്ന ആശയം
പ്രയോഗത്തിൽ വന്നു. ഭൂമിയോടും പണത്തോടുമുള്ള ആർത്തി ഏറിവ
ന്നു. ആധിപത്യപ്രവണത വർധിച്ചു. അധികാരം ഭൂമിയാകെ കൈപ്പിടി
യിൽ ഒതുക്കി. വന്യജീവികളുടെ ആവാസവ്യവസ്ഥകൾ സ്വന്തം സ്വകാ
ര്യസ്വത്താണെന്ന രീതിയിൽ ധാർഷ്ട്യം വളർന്നു. മുൻപറഞ്ഞ മിക്ക
വാറും എല്ലാ കാരണങ്ങളാലും പ്രകൃതിധ്വംസനം ശക്തിപ്പെട്ടു. വ്യവ
സായ യുഗം മലിനീകരണംപോലുള്ള പുതിയ പ്രശ്നങ്ങൾക്ക് ശക്തി
കൂട്ടി. മുതലാളിത്തം കനത്തതോടെ പ്രകൃതി വെറും ഉപഭോഗവസ്തു
വായി. സുഖഭോഗത്തിനുള്ള അസംസ്കൃത വസ്തുക്കളായി വന
സമ്പത്ത് നഗരങ്ങളിലേക്കു നീങ്ങി. പല ജീവികളും വംശനാശഭീഷണി
യിലായി.

ജീവൻ ഉണ്ടായശേഷം ഈ ഭൂമിയുണ്ടല്ലോ, അഞ്ച് വൻ ഉന്മൂലനാ
ശകാലങ്ങളിലൂടെ കടന്നുപോയിട്ടുണ്ട്. ഇതിൽ ഏറ്റവും അവസാനത്തേത്
ആരരക്കോടി വർഷം മുമ്പായിരുന്നു. (ദിനോസോറുകൾ നാശമടഞ്ഞ
കാലം) ഈ അഞ്ചു മഹാനാശങ്ങളും പ്രകൃതിയുടെ കൈകൊണ്ടു സംഭ
വിച്ച ദുരന്തങ്ങളാണ്. എന്നാൽ ആധുനിക മനുഷ്യൻ കരുത്താർജിച്ച
തോടെ ഭൂമി ആറാമതൊരവൻ ഉന്മൂലനാശത്തിനു തയാറെടുക്കുകയയാ

ണെന്ന് ചൂണ്ടിക്കാണിക്കപ്പെട്ടുന്നു. തികച്ചും മനുഷ്യ നിർമിതമായ ഒരു ദുരന്തമാണിത്; അതിന്റെ നടുവിലാണ് നാമിപ്പോൾ.

1. ഡോഡോയ്ക്കു തുല്യം മൃതം

പുതിയ യുഗത്തിലെ രക്തസാക്ഷികളുടെ കഥ ഡോഡോ പക്ഷി യിൽനിന്നു തുടങ്ങാനേ പറ്റൂ. അതിനുമുൻപ് മനുഷ്യന്റെ കൈയിലിരി പ്പുകൊണ്ട് കുലംമുടിഞ്ഞ ജീവികളെക്കുറിച്ച് നമുക്ക് അത്ര കൃത്യമായി

ഡോഡോ

അറിഞ്ഞുകൂട. മനുഷ്യന്റെ മാംസക്കൊതിയാണ് ഡോഡോ പക്ഷിയെ പൂർണനാശത്തിൽ എത്തിച്ചത്.

വംശനാശത്തിന്റെ പ്രതീകമാണ് പ്രാവുകുലത്തിലെ ഹതഭാഗ്യ യായ ഈ പക്ഷി. 'Dead as The Dodo' എന്ന ഒരു പ്രയോഗം ഇംഗ്ലീഷ് നിഘണ്ടുവിൽ കാണാം. പൂർണമായും കാലഹരണപ്പെട്ടത്, പൂർണമായും

ഇല്ലാതായത് എന്നൊക്കെയാണ് ഇതിനർഥം. ഡോഡോ ഇല്ലാതായെ ങ്കിലും അതിന്റെ രക്തസാക്ഷിത്വത്തിന്റെ പ്രസക്തി ഇപ്പോൾ കൂടുതൽ അർഥവത്തായി മാറിയിരിക്കുന്നു. അശ്രദ്ധമായ ചെറിയ ഒരു ഇടപെടൽ പോലും ഒരു ജീവിയുടെ പൂർണനാശത്തിനു വഴിവച്ചേക്കാമെന്നതാണ് ഡോഡോ കഥയുടെ ഗുണപാഠം.

ഡോഡോ (Raphus cucullatus) പറക്കാനാവാത്ത പക്ഷിയായിരു ന്നു. ഇന്നത്തെ പ്രാവുകളുടെ ഉറ്റബന്ധു. ഒരു നൂറു സെന്റീമീറ്ററോളം പൊക്കം. അതിനൊത്ത ഭാരം. ചാരകലർന്ന നീലയോടെയുള്ള ചിറകു കൾ. പക്ഷേ, പക്ഷിയെ വായുവിൽ ഉയർത്താൻ അശക്തം. ആൾപ്പാർപ്പ് ഇല്ലാതിരുന്ന ദ്വീപുകളായിരുന്നു ഡോഡോ പക്ഷികളുടെ വീട്. ശത്രു ക്കളെ തീരെ പേടിക്കേണ്ടതില്ലാത്ത ഒരിടത്ത് എന്തിന് പറക്കാൻ ചിറകു കൾ? ശാന്തമായ ആ അന്തരീക്ഷത്തിലെ പഴങ്ങളും വിത്തുകളും തിന്ന് ഡോഡോ ജീവിച്ചു. നിലത്തു കൂടുകൂട്ടി. അങ്ങനെയിരിക്കെ ഈ മൗറീ ഷ്യസ് ദ്വീപുകളിൽ പോർച്ചുഗീസുകാരെത്തി അധിവാസം തുടങ്ങി (1502). തുടർന്ന് ഡച്ചുകാർ ആ മണ്ണിൽ സ്ഥിരതാവളമുറപ്പിച്ചു. വേഗത്തിൽ നട ക്കാൻപോലുമാകാത്ത ഡോഡോകളുടെ രുചിയുള്ള മാംസം ഡച്ചുകാ രുടെ ഇഷ്ടഭക്ഷണമായി. കുടിയേറ്റക്കാരുടെ വളർത്തുമൃഗങ്ങളും പക്ഷി യെ വേട്ടയാടി. കാടുകൾവെട്ടി പാർപ്പിടമുണ്ടാക്കിയപ്പോൾ ആവാസവും ഇല്ലാതായി. 1507ൽ പോർച്ചുഗീസുകാരുടെ വരവോടെയാണ് ഇങ്ങനെ യൊരു പക്ഷിയുണ്ടെന്നു ലോകം അറിയുന്നത്. ഒരു നൂറ്റാണ്ട് തികയും മുമ്പ് അത് എന്നെന്നേക്കുമായി അപ്രത്യക്ഷമാവുകയും ചെയ്തു. എങ്കി ലും കുറേക്കൂടി കഴിഞ്ഞ് 1681ൽ ആണ് ഔദ്യോഗിക പ്രഖ്യാപനമുണ്ടാ യത്. അവസാനത്തെ ഡോഡോയുടെ ജഡശരീരം ബ്രിട്ടീഷ് മ്യൂസിയ ത്തിൽ കാണാം. ഇതിൽനിന്ന് പ്രചോദനം ഉൾക്കൊണ്ട് ലുയീസ്കരോൾ തന്റെ 'ആലീസിന്റെ അത്ഭുതലോക'ത്തിൽ ഡോഡോ പക്ഷിയെ മനു ഷ്യരൂപത്തിൽ പുനർജനിപ്പിച്ചിട്ടുണ്ട്. *ബീഗിൾ യാത്രയിൽ* ഡാർവിൻ ഡോഡോയ്ക്ക് സംഭവിച്ചനാശം പ്രകൃതിയെ നശിപ്പിക്കുന്ന മനുഷ്യന് മുന്നറിയിപ്പാണെന്നു സൂചിപ്പിക്കുന്നുണ്ട്. ജരാൾഡ്ഡുറൽ (അവസാന അധ്യായം കാണുക) രൂപംനൽകിയ വന്യജീവി സംരക്ഷണ ട്രസ്റ്റിന്റെയും പാർക്കിന്റെയും ഭാഗ്യമുദ്ര ഡോഡോയത്രെ. ഡോഡോ പോയതോടെ മൗറീഷിയസിൽ കാൽവരിയമേജർ എന്ന വൃക്ഷവും നശിക്കാൻ തുട ങ്ങി. ഈ വൃക്ഷത്തിന്റെ വിത്തുമുളയ്ക്കാൻ ഡോഡോയുടെ സഹായം അനുപേക്ഷണീയമായിരുന്നു. പഴംതിന്നുമ്പോൾ വയറ്റിലെത്തുന്ന വിത്ത് പക്ഷിയുടെ പചനേന്ദ്രിയത്തിൽ (ഗ്രിസാഡ്) കടന്നുപോയാലേ ബീജാ ങ്കുരണം സാധ്യമാംവിധം അതിന്റെ ആവരണം നശിച്ചുപോവുകയുള്ളൂ. എത്രമാത്രം ലോലമാണ് ജൈവവ്യവസ്ഥകളിലെ പരസ്പരബന്ധങ്ങൾ എന്ന് ആലോചിച്ചു നോക്കൂ. കാൽവരിയാവൃക്ഷത്തിന്റെ തിരോധാനം അതുമായി ബന്ധപ്പെട്ട ഏതെല്ലാം ജീവികളെ ബാധിച്ചിരിക്കും മെന്ന് ആർക്കറിയാം! നമ്മുടെ നാട്ടിലും ഉണ്ടല്ലോ ഇത്തരം എത്രയോ ലോലാ

ബന്ധങ്ങൾ. ഇന്ത്യയിലെ തന്നെ ഏറ്റവും വലിയ ചിത്രശലഭമാണല്ലോ ഗരുഡശലഭം. കേരളത്തിന്റെ എല്ലാഭാഗത്തും ഇവയുണ്ട്. ഗരുഡച്ചെടി യിലേ പെൺശലഭം മുട്ടയിടൂ. എരിക്കിലയിൽ, മുരിക്കിലയിൽ, വല്ലഭം ഇലയിൽ മാത്രം മുട്ടയിടുന്ന ശലഭങ്ങളും ഉണ്ട്. ഒരുകാലത്ത് സുലഭമാ യിരുന്ന മുരിക്ക് ഇപ്പോൾ നാട്ടിൻപുറങ്ങളിൽ തീരെ കാണാതായിരിക്കു ന്നു. ഓരോതരം മരങ്ങൾപോകുമ്പോൾ ഇങ്ങനെ ഏതെല്ലാം ജീവികളെ യായിരിക്കും കാണാതാവുന്നത്?

2. ടാസ്മാനിയൻടൈഗർ (Thylacinus cynocephalus)

ടൈഗർ എന്നും വൂൾഫ് എന്നും പറയും. എന്നാൽ ടൈഗറുമല്ല, വൂൾഫുമല്ല, കങ്കാരുവിനെപോലെ ഒരു പാവം സഞ്ചിമൃഗമാണ്. മാംസ ഭോജിയായ സഞ്ചിമൃഗം. കാഴ്ചയ്ക്ക് ഒരു നായതന്നെ. തവിട്ടു ശരീര ത്തിൽ മുതുകിൽനിന്ന് കീഴോട്ട് കടുവയുടേതുപോലെ കറുത്തവരകൾ ഉള്ളതുകൊണ്ടാവാം 'കടുവ' എന്ന പേരുണ്ടായത്. കുറുക്കനെപ്പോലെ ഒന്നാന്തരമൊരു കോഴിമോഷ്ടാവായിരുന്നത്രെ. നീണ്ട വാൽകൊണ്ട് ബാലൻസു ചെയ്ത് നന്നായി ഓടുമായിരുന്നു. വളർച്ചയെത്താത്ത കു ഞ്ഞുങ്ങളെ കങ്കാരു ചെയ്യുംപോലെ സംരക്ഷണസഞ്ചി (മാർസുപ്പിയം) യിലാണ് വളർത്തുക. രാത്രി സഞ്ചാരത്തിനിടയിൽ മനുഷ്യരുമായി ഏറ്റു

ടാസ്മാനിയർ ടൈഗർ

മുട്ടി ഒടുങ്ങുക യായിരുന്നു. ഒരു കാലത്ത് ഇതിനെ കൊ ന്ന് വാലോ തല യോ ഹാജരാ ക്കുന്നവർക്ക് പ്രോത്സാഹന സമ്മാനങ്ങൾ പോലും നൽ കാറുണ്ടായിരു ന്നത്രെ. കോഴി മോഷണത്തേ ക്കാൾ ചെകു

ത്താന്റെ സന്തതിയായ ദുഷ്ടമൃഗമാണെന്ന അന്ധവിശ്വാസമാണ് നില നിൽപ്പിന് ഭീഷണിയായത്. അവസാനത്തെ ടാസ്മാനിയൻ ടൈഗർ 1930 ൽ വെടിയുണ്ടയേറ്റു വീണു. ടാസ്മാനിയാമൃഗശാലയിലെ ഏക അന്തേ വാസി 1836 ൽ മൃതിയടങ്ങു. ഇപ്പോഴും ഇവ കാട്ടിലെവിടെയോ താമ സമുണ്ടെന്ന വിശ്വാസത്തിൽ നടത്തിയ സാഹസികാന്വേഷണങ്ങളെല്ലാം പരാജയത്തിലവസാനിക്കുകയാണുണ്ടായത്.

3. ടർപൻ കുതിര (Equuus gmelini)

20000 വർഷം പഴക്കമുള്ള ചില ഗുഹാചിത്രങ്ങളിൽ ഈ കാട്ടുകുതി രയെ കാണാം. വേഗതയിൽ നാട്ടുകുതിരകളെയെല്ലാം കടത്തിവെട്ടുമാ യിരുന്നു. 3500–4000 ബി സി തൊട്ട് ഇണക്കിവളർത്താൻ തുടങ്ങി. മനു ഷ്യരോട് ഇത്രയും ദീർഘകാലത്തെ ബന്ധമുണ്ടായിരുന്നെങ്കിലും അധികം പിടിച്ചുനിൽക്കാനായില്ല. തെക്കൻ ഫ്രാൻസുതൊട്ട് മധ്യറഷ്യ വരെയുള്ള അതിന്റെ ആവാസത്തിൽനിന്ന് 1879 ഓടെ പൂർണ്ണമായും അപ്ര ത്യക്ഷമായി. ടർപനുകളെ ഇണക്കിവളർത്തുന്നത് മനുഷ്യൻ നൂറ്റാണ്ടു കൾക്കുമുമ്പേതന്നെ നിർത്തിയിരുന്നു. മ്യൂണിക്ക് മൃഗശാലയിലെ ഒറ്റമൃ ഗവും ചത്തതോടെ 1875 ൽ വംശനാശം സ്ഥിരീകരിച്ചു.

മനുഷ്യനോട് ഇണങ്ങിവളർന്ന ഒരു മൃഗം നശിച്ചുപോയതെങ്ങനെ യെന്നത് തീർച്ചയായും ഒരത്ഭുതമാണ്. പുതിയതരം കുതിരകൾ വന്ന തോടെ ഇവയെ നിരാകരിച്ചിരിക്കാം. ഏതാണ്ട് ക്രിസ്തുവിന്റെ കാലത്തി നുമുമ്പുതന്നെ മനുഷ്യൻ അധിവാസസ്ഥലങ്ങൾക്കു ചുറ്റുമുള്ള വന്യമേഖലക ളിൽ ഇവ എത്തിയിരിക്ക ണം. പാർപ്പിടങ്ങൾക്കു വേണ്ടി ഇവയുടെ ആവാ സങ്ങളിൽ ഇടപെട്ടതോ ടെ ടർപൻ മനുഷ്യന്റെ ശത്രുവായി. കൃഷിയിടങ്ങ ളിൽ ഇറങ്ങിമേഞ്ഞ് വില വുകൾ നശിപ്പിക്കാൻ തുട ങ്ങിയതോടെ ഏറ്റുമുട്ടൽ ശക്തമായി. ഇതിനിടെ സ്വന്തം വളർത്തുകുതിര യുടെ കരുത്തു വർധിപ്പി

ടർപൻ കുതിര

ക്കാനും മാംസത്തിന്റെ സ്വാദുകൂട്ടാനും ഇണകളായി ടർപ്പനുകളെ ഉപ യോഗിക്കാൻ തുടങ്ങി. ഇത്തരം സങ്കരയിനങ്ങൾ കൊനിക്ക് എന്നപേരിൽ അറിയപ്പെട്ടു. നാട്ടുകുതിരകളുടെ ഗുണം കൂടിയെങ്കിലും ടർപനുകളുടെ ശുദ്ധിനഷ്ടമായി. ശുദ്ധവർഗങ്ങളുടെ ജീൻസഞ്ചയം നേർത്തുവന്നു. ആവാസഭൂമികൾ കുറഞ്ഞതും മാംസത്തിനുവേണ്ടിയുള്ള വേട്ടയും ദുര ന്തപൂർണമാക്കി. വർഗസങ്കരണം വഴി പിന്നോട്ടുപോയി കാട്ടു ടർപ്പിനു കളുടെ ഒറിജിനൽ രൂപം സൃഷ്ടിച്ചെടുക്കാനുള്ള ശ്രമം വിജയിച്ചിട്ടുണ്ട്. ഇത്തരം ഒരു ടർപ്പൻസന്തതി 1933 മ്യൂണിക്കിൽ പിറന്നുവീണു. പക്ഷേ, ഇത് പൂർണമായും പഴയ ടർപ്പൻ അല്ലെന്ന് DNA പഠനം വ്യക്തമാക്കി. അറ്റുപോയ കണ്ണികളെ അങ്ങനെ വീണ്ടെടുക്കാനാവില്ല. ടർപ്പനുകളി ലൂടെ പ്രകൃതി പഠിപ്പിക്കുന്ന പാഠം അതാണ്.

4. ഗാലപ്പഗോസിലെ ഭീമൻ ആമ (Saddle backed Rodrigne's Giant Tortoise - Cylindrapis Vosmaeri)

1835 ൽ തന്റെ ബീഗിൽ പര്യടനത്തിനിടയിൽ ചാൾസ് ഡാർവിൻ ഇത്തരം ആമകളുടെ പതിനഞ്ചോളം വ്യത്യസ്ത സ്പീഷിസുകളെ ഗാലപ്പ ഗോസ് ദ്വീപുകളിൽ കാണുകയുണ്ടായത്രെ. ഇന്ത്യാസമുദ്രദ്വീപുക ളിൽ ഇവയുടെ ഇരുപ തോളം ജാതികളും ഉപജാതികളും നിലനി ന്നിരുന്നതായി വ്യക്തമാ യിട്ടുണ്ട്. മൗറീഷ്യസി ലെ റോഡ്രിഗ്സ് ദ്വീ പിൽ ആദ്യം കണ്ടെത്തി തിരിച്ചറിഞ്ഞതുകൊണ്ട് ആ ദ്വീപിന്റെ പേരിൽ അറിയപ്പെട്ടു. റോഡി

ഗാലപ്പഗോസിലെ ഭീമൻ ആമ

ഗ്സ് ദ്വീപിൽ മാത്രം ഇപ്പോൾ ഒരു സ്പീഷിസ് ഉണ്ടെന്നു പറയുന്നു ണ്ടെങ്കിലും 1795 ഓടെ പൂർണമായും അദൃശ്യമായതായി സ്ഥിരീകരി ച്ചു. ഒരു മ്യൂസിയം മാതൃക മാത്രമേ ഇപ്പോൾ ലഭ്യമായയുള്ളൂ.

5. കരീബിയയിലെ മൊങ്ക്സീൽ (Monachus tropicalis)

കരീബിയൻസമുദ്രത്തിലും മെക്സിക്കൻ ഉൾക്കടലിലുമായി ഒതു ങ്ങിക്കിടന്നിരുന്ന ഇവ പൂർണമായും ഇല്ലാതായിട്ട് കഷ്ടിച്ച് 15 വർഷമേ ആയയുള്ളൂ. ഏതാണ്ട് 2.25 മീറ്റർ നീളവും 200 കിലോ തൂക്കവുമുള്ള ഭീമ ന്മാരായിരുന്നു. മൊങ്ക്സീൽ മാംസത്തോടുള്ള ആഭിമു ഖ്യം സമുദ്രസഞ്ചാരിയായ ക്രിസ്റ്റഫർ കൊളംബസിൽ നിന്ന് ആരംഭിച്ചു എന്നു പറ യാറുണ്ട്. തന്റെ സമുദ്ര പര്യവേക്ഷണങ്ങൾക്കിട യിൽ ഇഷ്ടന്റെ പ്രിയഭ ക്ഷണം ഈ കടൽപ്പന്നിക ളായിരുന്നത്രെ. വംശഹത്യ യിൽ അവസാനിച്ചതും ഈ മാംസക്കൊതി തന്നെ.

കരീബിയയിലെ മൊങ്ക്സീൽ

ഇനിയും ബാക്കിയുള്ള മെഡിറ്ററേനിയൻ മൊങ്ക്സീലും ഹവായിയൻ

മൊങ്ക്സീലും ഏതാണ്ട് അസ്തമയ കാലത്തോട് അടുത്തെത്തിനിൽക്കു കയാണ്.

6. സഞ്ചാരിപ്രാവ് (Ectopistes migratorius)

വിവേചനമില്ലാത്ത മനുഷ്യപ്രവർത്തനങ്ങ ളുടെ ഇരയാണ് ഒരു നൂറ്റാണ്ടുമുമ്പു പോലും കോടിക്കണക്കിന് ഉണ്ടാ യിരുന്ന ഈ സാധു പക്ഷി. സമാധാനത്തിന്റെ ജീവിക്കുന്ന പ്രതീകങ്ങ ളായ പ്രാവുകൾ ക്രൂര തയുടെ രക്തസാക്ഷിക ളായി. ദിനോസോറും മഹാദന്തിയും ഇല്ലാതാ യത് ജീവപരിണാമ പ്രക്രിയയുടെ അനിവാ ര്യമായ ഫലം എന്ന നിലയിലായിരുന്നു.

സഞ്ചാരിപ്രാവ്

പക്ഷേ, സഞ്ചാരിപ്രാവോ? 1878 ൽ അമേരിക്കയിലെ മിഷിഗണിൽ ദിവ സേന അരലക്ഷം പ്രാവുകൾ എന്നതോതിൽ ഏതാണ്ട് 5 മാസക്കാലം തുടർച്ചയായി കൂട്ടക്കൊ ലയ്ക്കു വിധേയമാവു കയുണ്ടായത്രെ. പക്ഷേ, ആർക്കും ഒന്നും തോ ന്നിയില്ല. എണ്ണത്തിൽ അവ എത്രയോ കൂടു തൽ പിന്നെയും ബാക്കി യുണ്ടല്ലോ എന്നായി രുന്നു സമാധാനം. ഈ സംഭവം കഴിഞ്ഞ് നാ ലുപതിറ്റാണ്ടുകൾ പൂർ ത്തിയായില്ല, അതിനു മുമ്പ് ഒരൊറ്റ പ്രാവൊ ഴിച്ച് സഞ്ചാരികൾ എല്ലാം നാമാവശേഷമാ യി. മാർത്ത എന്നു പേ രുള്ള അവൾ ഒഹിയൊ

സിൻസിനാറ്റി മൃഗശാലയിൽ
'മാത്ത' എന്ന സഞ്ചാരി പ്രാവ്

(VSA) സീൻസിനാറ്റി മൃഗശാലയിലായിരുന്നു. 1914 സെപ്തംബർ ഒന്നാം തീയതി ചൊവ്വാഴ്ച ഉച്ചതിരിഞ്ഞ് ഏതാണ്ട് ഒരു മണിയായപ്പോൾ മാർത്തയുടെ കണ്ണുകളും എന്നെന്നേക്കുമായി അടഞ്ഞു. കോടിക്കണക്കിന് അംഗങ്ങൾ ഉണ്ടായിരുന്ന വളരെ വലിയൊരു പ്രാവു സ്പീഷിസ് അതോടെ പൂർണമായും അന്യംനിന്നു. പേരു സൂചിപ്പിക്കുന്നതുപോലെ സഞ്ചാരപ്രിയരായിരുന്നു ഈ പറവകൾ. 500 കിലോമീറ്റർ ദൂരംവരെ പോകും. പ്രജനനകാലത്ത് പത്തുകോടി പക്ഷികൾവരെ ഒന്നിച്ചു താവളമടിച്ചിരുന്ന ഒരു കാലമുണ്ടായിരുന്നത്രെ. ഏതാണ്ട് 20,000 ചതുരശ്ര കിലോമീറ്റർ വനമേഖലയിൽ സഞ്ചാരിപ്രാവുകൾ മാത്രം! ഒരൊറ്റ വൃക്ഷത്തിൽ നൂറും ഇരുനൂറും കൂടുകൾ! ഇത്രയും സമൃദ്ധമായ ജീവിതമുണ്ടായിരുന്ന ഒരു പക്ഷിക്ക് വംശനാശം വരുത്താൻ മനുഷ്യനല്ലാതെ മറ്റാർക്കു കഴിയും? മനുഷ്യരോട് എളുപ്പത്തിൽ ഇണങ്ങും എന്നുള്ളതായിരുന്നു ഈ സാധുക്കളുടെ ദൗർബല്യം. വനമേഖലകൾ ഒന്നൊന്നായി നശിച്ചപ്പോൾ അവ മനുഷ്യന്റെ പാർപ്പിടമേഖലകളിൽ കൂടൊരുക്കാൻ നിർബന്ധിതമാവുകയായിരുന്നു. VSAയിലെ സ്മിതൊണിയൻ നാച്ചുറൽ ഹിസ്റ്ററി മ്യൂസിയത്തിൽ എന്നെങ്കിലും ചെല്ലാൻ കഴിഞ്ഞാൽ മാർത്തയെ അന്വേഷിക്കൂ. അവളുടെ ജഡശരീരം അവിടെ സൂക്ഷിച്ചു വച്ചിട്ടുണ്ട്.

7. ഗ്രെയ്റ്റ് ഔക്ക് (Pinguinus impennis)

ഉത്തരാർധഗോളത്തിലെ പറക്കാൻ കഴിയാത്ത പെൻഗ്വിനെപ്പോലുള്ള ഒരുതരം പക്ഷി. മുക്കാൽ മീറ്ററോളം പൊക്കമുണ്ടായിരുന്നു. മാംസത്തിനും മുട്ടയ്ക്കും ചർമത്തിനും പണ്ടുകാലം മുതൽക്കേ പ്രിയമായിരുന്നു. എളുപ്പം പിടിക്കാം. തോലുരിക്കാം. ഇറച്ചി വേവിച്ചുതിന്നാം. വാണിജ്യാടിസ്ഥാനത്തിൽ ഇതൊരു ജീവിതവൃത്തിയായി വളർന്നതോടെ ഔക്കു പക്ഷികൾ നാമാവശേഷമായി. എണ്ണം കുറഞ്ഞതോടെ ആളുകൾ ഔക്കുകളെ വളർത്താൻ തുടങ്ങി. അതും ഒരു വ്യാപാരമായി തഴച്ചു. ബന്ധനാവസ്ഥയിൽ പ്രജനന ശേഷി തീരെ കുറഞ്ഞു. ഐസ്ലാന്റിലെ എൽഡെദ്വീപിൽ കാണപ്പെട്ട അവസാനത്തെ ഒരു ഔക്ക്

ഗ്രെയ്റ്റ് ഔക്ക്

ജോഡിയും അതിന്റെ ഒരു മുട്ടയും ഒരു സാഹസികോദ്യമത്തിനുശേഷം ഒരു മീൻപിടിത്തക്കാരൻ കൈക്കലാക്കിയത്രെ. അയാളെ അതിനു നിയോ ഗിച്ചതോ ഒരു സ്പെസിമെൻ ശേഖരണ വിദഗ്ധനും! ജീവനുള്ള പക്ഷിയെ അയാൾക്കു വേണ്ട. അതുകൊണ്ട് കൊന്ന് കൈയിൽ കൊടു ത്തു. അതോടെ ഗ്രെയ്റ്റ് ഔക്കിന്റെ വംശനാശം പൂർത്തിയായി. 1844ൽ ആയിരുന്നു ഈ സംഭവം.

8. ചിരിക്കും മൂങ്ങ (Laughing Owl - Sceloglaux albifacies)

കഴുത്തുഞെരിച്ച് ആ ചിരി ആയിരുന്നു എന്നെന്നേക്കുമായി അവ സാനിപ്പിച്ചിട്ട് വർഷമെത്ര കഴിഞ്ഞിരിക്കുന്നു. വെള്ള മുഖമുള്ള ഈ പക്ഷിക്ക് 'തെമ്മാടിപ്പക്ഷി' എന്നപേരു വീണത് ആളെ മക്കാറാക്കുന്ന അതിന്റെ 'ചിരി' കാരണമാണ്. ന്യൂസിലാന്റിൽ മാത്രമുള്ള ഒരു ജീന സിലെ അംഗമായിരുന്നു. 1845ൽ ഏതാണ്ട് അപൂർവമായിക്കഴിഞ്ഞതി നുശേഷം മാത്രമാണ് പക്ഷിനിരീക്ഷകർ ഈ പക്ഷിയെക്കുറിച്ചു മനസി ലാക്കുന്നത്. അധികം താമസിയാതെ സ്വാഭാവിക ആവാസങ്ങളിൽ തീർ ത്തും വിരളമായി. പൂർണമായി നശിച്ചത് എന്നാണെന്ന് കൃത്യമായി പറ യുക വയ്യ. ജീവനോടെ സൂക്ഷിച്ച ഒരു പക്ഷി 1914 ജുലായോടെ അന്ത്യ ശ്വാസം വലിച്ചു. വനനശീകരണമൊ, ശത്രുജീവികളൊ, രോഗങ്ങളൊ

ചിരിക്കും മൂങ്ങ

എന്താണ് ഈ അപൂർവമൂങ്ങയെ നശിപ്പിച്ചതെന്ന് കൃത്യമായി കണ്ടെ
ത്താനായിട്ടില്ല.

9. പറുദീസ തത്ത (Psephatus pulcherrimus)

പറുദീസാ തത്തയെ 1927നുശേഷം കണ്ടവരില്ല. ആസ്ത്രേലിയയി
ലെ പുൽപ്രദേശങ്ങളിൽ അതീവസുന്ദരികളായ ഈ പക്ഷികൾ ധാരാള
മുണ്ടായിരുന്നു. അമിതമായ കാലിമേച്ചിലും ആവാസഭൂമിയിൽ മുൾച്ചെടി
കൾ പടർന്നതും വേട്ടയും പൂച്ചകളുടെ ആധിക്യവും പറുദീസാ തത്തകൾ

പറുദീസാ തത്ത

ക്കു വിനയായി. നിലത്തിട്ട മുട്ടകൾ മനുഷ്യരും മറ്റു ജന്തുക്കളും കൊണ്ടു
പോയി.

10. ആനപ്പക്ഷി (A epyornis maximus)

പത്തടിയോളം പൊക്കവും അഞ്ഞൂറു കിലോഗ്രാമിലേറെ തൂക്കവു
മുള്ള ഒരു പക്ഷിയെ സങ്കൽപ്പിച്ചു നോക്കൂ. അത്തരമൊരു പക്ഷി ജീവി
ച്ചിരുന്നു എന്നു വിശ്വസിക്കാൻപോലും പലരും തയാറാവുകയില്ല. പതി
നെട്ടാം നൂറ്റാണ്ടിലെന്നോ അപ്രത്യക്ഷമായ ആനപ്പക്ഷികളുടെ ജഡ
മാതൃകകൾപോലും സൂക്ഷിച്ചുവെക്കാൻ കഴിഞ്ഞിട്ടില്ല.

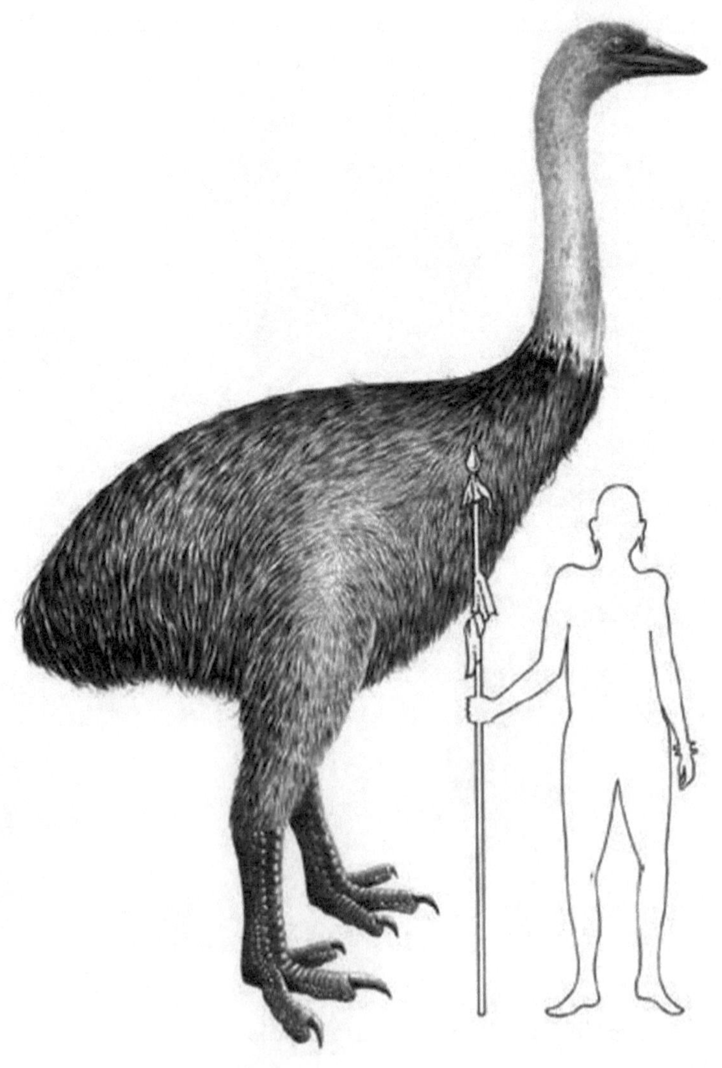

ആനപ്പക്ഷി

11. മോവ (Moa - Dinornis maximus)

ന്യൂസിലാന്റുകാരിയായ ഈ പറക്കാത്ത പക്ഷിക്ക് പത്തൊമ്പതാം നൂറ്റാണ്ടിൽ വംശനാശം സംഭവിച്ചു. നമുക്ക് ഊഹിക്കാവുന്നതുപോലെ മാംസക്കൊതിയരുടെ വേട്ടതന്നെ പ്രധാന കാരണം.

മോവ

12. ക്വാഗ്ഗ
(Eqceus bcerchelliquagga)

പകുതി കുതിരയും പകുതി വരയൻകുതിരയും (സീബ്ര) ആയ ഒരു മൃഗത്തെ സങ്കൽപ്പിച്ചു നോക്കൂ. അതായിരുന്നു ക്വാഗ്ഗ. ആഫ്രിക്ക യുടെ തെക്കുഭാഗങ്ങളിൽ ഒരുകാലത്ത് ധാരാളം ഉണ്ടായിരുന്നു. മാംസത്തിനും തോലിനും വേണ്ടി അതിക്രൂരമായി വേട്ടയാടപ്പെട്ടു. 1870 ഓടെ വംശനാശ മടഞ്ഞു.

13. യഥാർഥ നീലമാൻ (True Blue Ante lope - Hippotragus leucophaeus)

നീലാകാശംപോലെ ശുഭ്ര സുന്ദ രമായ ശരീരമുള്ള ഈ മാനിനെ ആദ

ക്വാഗ്ഗ

ൃമായി കണ്ടത് 1719 ൽ പീറ്റർ കോൾബ് എന്ന ജർമൻസഞ്ചാരിയായിരു
ന്നത്രെ. ദക്ഷിണാഫ്രിക്കയുടെ ദക്ഷിണപശ്ചിമ തീരപ്രദേശങ്ങളിൽ മാത്രം
ഒതുങ്ങിക്കഴിഞ്ഞുകൂടിയ ഈ അപൂർവജന്തുവിന്റെ ഒരു ഫോട്ടോ
പോലും എടുക്കാൻ കഴിഞ്ഞില്ല. അതിനു മുമ്പ് അത് നശിച്ചുപോയി.
1766 ൽ ഇതിന്റെ വരപ്പുചിത്രവും വിവരണവും ആദ്യമായി പുറത്തുവന്നു.
മ്യൂസിയത്തിൽ ഉണക്കി സൂക്ഷിച്ച ഒരു മാതൃകയെ മുൻനിർത്തിയായി
രുന്നു അത്. പുൽമേടുകൾ കുറ്റിക്കാടുകളായി മാറിയതും ആടുവളർ
ത്തലും രോഗങ്ങളുമായിരിക്കാം വംശനാശം ത്വരിതഗതിയിലാക്കിയത്.
1880 ൽ വംശനാശം പൂർണമായി എന്നു കരുതുന്നു.

14. കോസ്റ്ററിക്കയിലെ സുവർണത്തവള (Bufo Periglenes)

'കാട്ടുമണ്ണിലെ ഉജ്വലശോഭയുള്ള രത്നക്കല്ലുകൾ' എന്ന് പ്രകൃതി
പഠിതാവായ ഒരു ഗ്രന്ഥകാരി ഈ തവളയെ വിശേഷിപ്പിക്കുകയുണ്ടാ
യി. അതിമനോഹരമായ ഓറഞ്ചു നിറമായിരുന്നു പെൺതവളകൾക്ക്.
42–56 സെ മീ വലുപ്പമുണ്ടായിരുന്നു. ഏതാണ്ട് 1966 ഓടെയാണ് ഇത്തരം
ചൊറിത്തവളകൾ ഉണ്ടെന്ന് പുറംലോകം അറിയുന്നത്. അത്യുജ്വലഭംഗി

യുള്ള ഒരുതരം തവളയെ
കണ്ടതായി ആദിവാസികൾ
അറിയിച്ചപ്പോൾ അങ്ങനെ
യങ്ങു വിശ്വസിക്കാൻ ശാ
സ്ത്രജ്ഞർ കൂട്ടാക്കിയില്ല.
അധികം താമസിയാതെ
കോസ്റ്ററിക്കയിലെ ജൈവ
വൈവിധ്യ പരസ്യങ്ങളിൽ
അവ സ്ഥാനംപിടിച്ചു. പക്ഷേ,
എന്തു കാര്യം! ഗോൾഡൻ
ടോഡിന്റെ നാളുകൾ എണ്ണ
പ്പെട്ടു കഴിഞ്ഞിരുന്നു. 1989നു
ശേഷം ഈ തവളയെ കണ്ട

സുവർണത്തവള

വർ ആരുമില്ല. ഈ നൂറ്റാണ്ടിന്റെ ആരംഭത്തോടെ വംശനാശം സ്ഥിരീക
രിച്ചു. സുവർണത്തവളയെ മനുഷ്യൻ ആകെക്കണ്ടത് കഷ്ടിച്ച് 23 വർഷം
മാത്രം (1966–1989). അതും വളരെ ചുരുക്കം ചിലർമാത്രം. വെറും മുപ്പത്
ചതുരശ്ര കിലോമീറ്ററിനുള്ളിലായിരുന്നു ആവാസം. സമുദ്രോപരിതല
ത്തിൽനിന്ന് 2000 മീറ്റർ ഉയരമുള്ള പ്രദേശമായിരുന്നെങ്കിലും താപവർധ
നവിനെതിരെ പിടിച്ചുനിൽക്കാനായില്ല. എന്നാണ് കരുതേണ്ടത്. കോസ്റ്റാ
റിക്കയിലെ മോൺട്വർദെ പട്ടണത്തിനു തൊട്ടുമുകളിലായിരുന്നു ആവാ
സമെങ്കിലും രക്ഷിക്കാനുമായില്ല. കാലാവസ്ഥാപിഴവുമൂലം മണ്ണുവരണ്ട
പ്പോൾ, അരുവികൾവറ്റി ഈർപ്പവും തണുപ്പും കുറഞ്ഞപ്പോൾ, അതി
ജീവനം അസാധ്യമായി. അനുകൂല ആവാസങ്ങളിലേക്ക് രക്ഷപ്പെടാൻ

തവളയെപ്പോലെ ഒരു ജന്തുവിന് എളുപ്പം സാധ്യമല്ലല്ലോ. അങ്ങനെ ദുരന്തം പൂർത്തിയായി. ലോകത്തിന്റെ പല ഭാഗങ്ങളിലും തവളകൾക്കി ടയിൽ പടർന്നുപിടിച്ച Chytrido mycosis എന്ന ഫംഗസ് രോഗം ഗോൾഡൻ ടോഡിനെയും ബാധിച്ചതായി കരുതുന്ന വരുണ്ട്.

വംശനാശം സംഭവിച്ച ജന്തുക്കളുടെ പേരുകൾ ഇവിടെ പൂർത്തി യാവുന്നില്ല. ആഫ്രിക്കയിലെ ബ്രൗൺ അറ്റ്ലസ് കരടി, സ്റ്റെല്ലറുടെ കടൽ പശു, ഇംഗ്ലണ്ടിലെ ചാരച്ചെന്നായ, ദക്ഷിണാഫ്രിക്കൻ സിംഹം, യൂറോ പ്യൻ ഓറോക്സ് കാള, ഉത്തരേന്ത്യയിൽ പിങ്ക്തലയുള്ള താറാവും ഹിമാലയൻ ക്വയ്ൽ പക്ഷിയും പോകുന്നു, പോകുന്നു എന്നു മൊഴി ഞ്ഞുകൊണ്ടിരിക്കുന്നു. ഏതു നിമിഷത്തിലും അവയെ കാണാതാവാം. റെഡ് ഡാറ്റാ ബുക്കിലെ കണക്കനുസരിച്ച് നൂറു കണക്കിനു ജീവികൾ ഈ രീതിയിൽ ഏതു നിമിഷവും അപ്രത്യക്ഷമാവാം. ഈ രീതി തുടർ ന്നാൽ ഒരു പത്തുലക്ഷം സ്പീഷിസുകളെങ്കിലും ഈ നൂറ്റാണ്ടിന്റെ അതിർത്തി കടക്കില്ലെന്ന് മാൽക്കം ടെയ്റ്റു പറഞ്ഞിട്ടുണ്ട്.

6

എത്ര വിചിത്രം ഈ പുതിയ സ്പീഷിസുകൾ!

മനുഷ്യസ്പർശമേൽക്കാത്ത എത്രയോ ഇടങ്ങൾ ഇപ്പോഴും ഭൂമിയി ലുണ്ട്. ജൈവസമ്പത്തിന്റെ കലവറകളാണ് ഇത്തരം ആവാസങ്ങൾ. ഗുഹകളും സമുദ്രങ്ങളുടെ അഗാധതയും വനമേഖലകളുമെല്ലാം ആധു നിക ശാസ്ത്രസംവിധാനങ്ങളോടെ ഇപ്പോൾ പരിശോധനാ വിധേയമാക്ക പ്പെട്ടുകൊണ്ടിരിക്കുന്നു. സാഹസികരായ പ്രകൃതിസ്നേഹികൾ ജീവൻ പോലും പണയംവെച്ച് പര്യവേക്ഷണങ്ങൾക്കു മുന്നിട്ടിറങ്ങുന്നു. ഈയ ടുത്ത കാലത്തുനടന്ന ഇത്തരം സാഹസികാന്വേഷണങ്ങളിൽ കണ്ടെ ത്തിയ ചില പുതിയ സ്പീഷിസുകളെക്കുറിച്ചുള്ള വിവരങ്ങളിലൂടെ നമു ക്കൊന്നു കണ്ണുപായിക്കാം. സ്പീഷിസുകളുടെ നിർമാണഫാക്ടറികളാ യിപ്പോലും ഇത്തരം ചില സ്ഥലങ്ങൾ അറിയപ്പെടുന്നു.

ഇന്തോനേഷ്യയിലെ പപുവ ബേഡ്സ് ഹെഡ്സ്ക്കെയ്പ് (Bird's Headscape) അമേരിക്കയിലെ കൺസർവേഷൻ ഇന്റർനാഷണൽ മാർക്ക് എർഡ്മാൻ നേതൃത്വം നൽകിയ ചില പഠനങ്ങൾ ഈ കടൽ പ്രദേശത്തിനടിയിൽ നടത്തുകയും അത്യന്തം വിചിത്രങ്ങളായ ചില പുതിയ ജന്തു സ്പീഷീസുകളെ കണ്ടെത്തുകയും ചെയ്തു. പുതുതായി കണ്ടെത്തിയ പുതിയ 52 ജീവജാതികളിൽ മത്സ്യം 24, പവിഴപ്പുറ്റ് 20, കൊഞ്ച് 8. മത്സ്യജാതികളിൽ ഏറ്റവും അനന്യം ചിറകുകൾകുത്തി കട ലിനടിയിൽ നടക്കുന്ന ഒരുതരം സ്രാവാണ് (epauleue shark). വേറെയു മുണ്ട് അത്ഭുതങ്ങൾ. പലതരം കൊഞ്ചുകളുടെ കൂട്ടത്തിൽ നമ്മുടെ പ്രാർഥിക്കുന്ന പ്രാണിയെപ്പോലെ ഒരു വിചിത്രജീവിയും ഉണ്ടായിരുന്ന ത്രേ. ഫ്ലാഷർ റാസ്സെ എന്ന രണ്ടിനം മത്സ്യങ്ങൾ ഇണചേരൽ കാലത്ത് ദേഹം മുഴുവൻ വിളക്കുകൊളുത്തി അതിമനോഹരമായി പ്രകാശി പ്പിക്കും. ഇത്തരം ഞെക്കുവിളക്കുകൾകൊണ്ട് അടയാളം നൽകി ഇണ

കളെ ആകർഷിക്കും. ഏഷ്യയുടെ പവിഴപ്പുറ്റു ത്രികോണം എന്നറിയ പ്പെടുന്ന ഇടംകൂടിയാണ് ഈ കടൽ. പവിഴപ്പാറകൾ ഉണ്ടാക്കുന്നതരം കോറലുകളുടെ അറുനൂറോളം സ്പീഷിസ് ഇവിടെ നേരത്തേയുണ്ട്. ഏതാണ്ട് 1200 മത്സ്യജാതികൾ ഈ പവിഴപ്പുറ്റുകളെ ആശ്രയിച്ചുകഴി യുന്നു. പവിഴപ്പുറ്റുലോകത്തിന്റെ ഏതാണ്ട് എഴുപത്തിയഞ്ചു ശതമാ നവും ഈ അനന്യമായ ആവാസമേഖലയിൽ ഉണ്ടെന്നാണ് വിലയിരു ത്തൽ.

എന്നാൽ ലാഭക്കൊതിയിൽ ഊന്നിയ അശാസ്ത്രീയമായ മീൻപിടി ത്തം കടലിനടിയിലെ ഈ പറുദീസയെ നശിപ്പിക്കുന്നു. ഡയനാമെറ്റും സയനൈഡും ഉപയോഗിച്ചുള്ള മീൻപിടിത്തം ജൈവപ്രകൃതിക്ക് വൻ ഭീഷണിയായിരിക്കുന്നു. പുതിയ കണ്ടെത്തലുകൾ 'പക്ഷിത്തല'യെ സംരക്ഷിക്കാനുള്ള സംരംഭങ്ങൾക്ക് പുതിയ ഊർജം പകരുമെന്ന് പ്രതീ ക്ഷിക്കുന്നു.

അഗ്നിപർവതക്കുഴിയിൽ ഒരു ജൈവഖനി! ബി ബി സി നാഷണൽ ഹിസ്റ്ററി യൂണിറ്റിലെ ഒരു സംഘം പ്രകൃതിപഠിതാക്കൾക്ക് ആസ്ത്രേ ലിയയ്ക്കടുത്ത് ശാന്തസമുദ്രത്തിലെ പപ്പുവ ന്യുഗിനിയിലെ ബൊസാവി അഗ്നി പർവതക്കുഴിയിൽ കാണാൻ കഴിഞ്ഞത് ഇത്തരം ഒരത്ഭുത ലോക മായിരുന്നു. നൂറ്റാണ്ടുകൾക്കുമുമ്പേ അണഞ്ഞുപോയ അഗ്നിപർവതമാണ് ബൊസാവി. ഇതിന്റെ 1000 മീറ്റർ ആഴത്തിലുള്ള അതിവിശാലമായ

ബൊസാവിയിൽ കണ്ടെത്തിയ തവളകൾ

ബൊസാവിയിൽ കണ്ടെത്തിയ മുയലിന്റെ വലിപ്പമുള്ള എലി

ഗർത്തത്തിലാണ് ഈ പുതിയ അത്ഭുതലോകം. നാട്ടുകാരുടെ സഹായ ത്തോടെ ഇവിടെയൊരു ജൈവപറുദീസ വീണ്ടെടുക്കുകയായിരുന്നു ശാസ്ത്രജ്ഞർ. ഇതുവരെ ആരും വിവരിച്ചിട്ടില്ലാത്ത ആറുതരം തവള കൾ, ഇതിലൊന്നിന് വലിയ പല്ലുകൾ ഉണ്ടായിരുന്നത്രെ! തവളപ്പതപോ ലുള്ള പച്ചപ്പായലുകൾ എങ്ങും. ഇതിനെ ആശ്രയിച്ചു ജീവിക്കുന്ന എത്ര യോതരം ചെറു ഉപഭോക്താക്കൾ. എല്ലാ തലത്തിലുംപെട്ട ജന്തുജാല ങ്ങളുടെ അനന്യമായ വൈവിധ്യം. പരിചയമുള്ളതും പരിചയമില്ലാ ത്തതുമായ സസ്യജാലങ്ങൾ വേറെയും.

ഏറ്റവും അപൂർവങ്ങളായ ജന്തുക്കൾ ഏതെല്ലാമായിരുന്നു എന്നല്ലേ. മരങ്ങളിൽ ജീവിക്കുന്ന രണ്ടുതരം സഞ്ചിമൃഗങ്ങളെ കണ്ടു. ഒന്ന് ഒരു തരം കങ്കാരു. മറ്റേത് കൊലക്കരടിയെപ്പോലെ. മനുഷ്യന്റെ കൈ വലുപ്പ ത്തിൽ ഒരു വടിപ്രാണിയെയും കണ്ടു. ഒരു ബുക്കിന്റെ വലുപ്പമുള്ള ചിത്ര ശലഭം. വിചിത്ര രൂപികളായ മത്സ്യങ്ങളുടെ കാര്യം പറയാനേയില്ല. ഒരു ജാതിയുടെ തടിച്ചുപരന്ന ചുണ്ടിൽ നീരാളിയുടേതുപോലെ നീണ്ടു വളഞ്ഞ ഒരു സ്പർശിനി ഉണ്ടായിരുന്നു. ഏറ്റവും ആവേശകരമായ ഒരു കണ്ടുപിടിത്തം ഏതാണ്ട് ഒരു മുയലിന്റെ വലുപ്പമുള്ള എലിയാണെന്ന് ടീം തലവനായ ഡോ. ജോർജ് മക്കവിൻ പറയുന്നു. വൃക്ഷവാസിയായ കങ്കാരു ബൊസവി സിൽക്കികുകുസ് എന്ന പേരിൽ അറിയപ്പെടുന്നു. ഇത്തരം സഞ്ചിമൃഗങ്ങളെക്കുറിച്ച് കേട്ടുകേൾവിയേ ഉണ്ടായിരുന്നുള്ളൂ. കാണുന്നതിലെല്ലാം പുതുമ! അതായിരുന്നു അനുഭവം. ഈ അപൂർവ ജീവികളുടെ വർഗീകരണം ഓക്സ്ഫഡിൽ നടന്നുവരുന്നു.

വിയറ്റ്നാമിലെ ഗ്രീൻ കോറിഡോർ

ഒരു പാമ്പിനെയും രണ്ടുതരം ചിത്രശലഭങ്ങളെയും അടക്കം പത്തോളം പുതിയ സ്പീഷിസുകളെ ഇവിടെ ലോകവന്യജീവിനിധിയുടെ അന്വേഷകസംഘം പുതുതായി കണ്ടെത്തി. സസ്യജാതികളിൽ അഞ്ചും പുതിയതരം ഓർക്കിഡുകളത്രെ. ഇവയിൽ ചിലതിന് ഇലകളേ ഇല്ല. അതിമനോഹരങ്ങളായ പൂക്കൾ മാത്രം. ഫംഗസുകളെപ്പോലെ ആഹാ രത്തിന് ജീർണവസ്തുക്കളെ ആശ്രയിച്ചാണ് ഇവയുടെ ജീവിതം. ഇവ പരാദജീവനം നടത്തുന്നു. ഓർക്കിഡുകൾക്കിടയിൽ തീരെ അറിയപ്പെ ടാത്ത ഒരു പ്രതിഭാസം തന്നെയാണിത്. കറുത്ത പുഷ്പങ്ങൾ വിരിയുന്ന Aspidistra nicolai എന്ന സസ്യമാണത്രെ ഈ കാടിന്റെ മറ്റൊരു സവി ശേഷത. 1909 ൽ ഒട്ടനവധി പുതിയ വൻ സസ്തനി സ്പീഷീസുകളെ കണ്ടെത്തിയ സ്ഥലം കൂടിയാണ് ഈ ഗ്രീൻ കോറിഡോർ. വിയറ്റ് നാമിലെ തുവതിയൻ ഹ്യൂ പ്രവിശ്യയിലാണ് ഈ പ്രദേശം.

കിഴക്കൻ ഹിമാലയം

ജൈവസമ്പത്തിന്റെ വൻ കലവറകളായി അറിയപ്പെടുന്ന ഇന്ത്യ യിലെ രണ്ട് ഹോട്ട് സ്പോട്ടുകളിൽ ഒന്ന് ഹിമാലയത്തിന്റെ കിഴക്കൻ താഴ്വരകൾ ആണെന്നറിയാമല്ലോ. കഴിഞ്ഞ ഒന്നര ദശകങ്ങൾക്കിടയിൽ ഈ മേഖലയിൽ നടന്ന പഠനങ്ങൾ 353 പുതിയ സ്പീഷീസുകളെക്കുറി ച്ചുള്ള വിവരങ്ങൾ പുറത്തുകൊണ്ടുവന്നു. ചുവന്ന വിരലുകൾക്കിടയിൽ സ്തരപ്പടർപ്പുള്ളതും കാലുകൾ ഉപയോഗിച്ച് പറക്കുന്നതുമായ പച്ചത്ത വളകളെ ഇവിടെയാണ് കണ്ടെത്തിയത്. അല്ലെങ്കിൽത്തന്നെ അപൂർവ ജീവികളുടെ പറുദീസയാണ് ഭൂട്ടാൻ, നേപ്പാൾ, വടക്കുകിഴക്കൻ ഭാരതം തൊട്ട് പഴയ ബർമയുടെ അത്യുത്തരദേശം വരെ വ്യാപിച്ചുകിടക്കുന്ന ഈ അതിവിശാലമായ ആവാസം. ആനകൾപോലും ഈ ഭൂമിയിൽ ഇടം കണ്ടെത്തി. ശൈത്യകാലാവസ്ഥയിലെ ഇളംകറുപ്പുമേഘത്തിന്റെ നിറ മുള്ള അപൂർവതരം പുലികളും (clouded leopard) ഇവിടെ സഹവസി ക്കുന്നു. ഇവയ്ക്കു പുറമെ മൂർഖൻ പാമ്പുണ്ട്, ഗെക്കൊ പല്ലികളുണ്ട്, കുറേക്കൂടി ഉയരത്തിൽപ്പോയാൽ ഹിമപ്പുലിയുണ്ട്, ചുവന്ന പാണ്ടക ളുണ്ട്, നീല ആടുകളുണ്ട്. എല്ലാംകൂടി പത്തായിരത്തോളം സസ്യജാ തികൾ കണ്ടെത്തിയിട്ടുണ്ട്. (ഔഷധച്ചെടികൾ ഇഷ്ടംപോലെ) സസ്തനികൾ 300, പക്ഷികൾ 977, ഉരഗങ്ങൾ 176, 269 ശുദ്ധജലമത്സ്യ ങ്ങൾ എന്നിങ്ങനെയാണ് മറ്റു തരംതിരിവുകൾ. ബംഗാൾ കടുവകളുടെ സാന്ദ്രത ഏറ്റവും കൂടുതലും ഇവിടെയാണത്രെ. ഒറ്റക്കൊമ്പുള്ള വലിയ തരം കണ്ടാമൃഗങ്ങൾ ഇപ്പോൾ ഈ ഒരേയൊരു ആവാസത്തിലെ ഭൂമി യിൽ ബാക്കിയുള്ളൂ എന്ന് ലോകവന്യജീവിനിധി രേഖപ്പെടുത്തിയിട്ടുണ്ട്.

ഇതുകൂടാതെ കഴിഞ്ഞ ഒരു വ്യാഴവട്ടക്കാലത്തിനിടയിൽ ഇവിടെ കണ്ടെത്തിയത് 244 പുതിയ സസ്യങ്ങളെ, 16 ഉഭയജീവികളെ, 16 ഉരഗ ങ്ങളെ, 14 മത്സ്യജാതികളെ. രണ്ടുതരം പക്ഷികളെ, രണ്ട് സസ്തന

ങ്ങളെ. ഒരുതരം കുരങ്ങും ഒരുതരം ചെറിയ മാനും (muntjac). ഇല മാൻ എന്ന പേരിൽ ഒരു പുതിയതരം പുള്ളിമാൻ. ജൈവസമ്പത്തിൽ ഇങ്ങനെയൊരു സ്വർണഖനി അൺബോർണിയൊയിലേ വേറെ ഉള്ളു എന്നാണ് വിലയിരുത്തൽ.

അതേസമയം കടുത്ത വംശനാശഭീഷണിയെയും ഈ സ്ഥലം നേരി ടുന്നു. ജീവികൾക്ക് തുടർച്ചയായി ആവാസനഷ്ടം സംഭവിച്ചുകൊണ്ടി രിക്കുന്ന ദേശം എന്നുകൂടി പറയാം. അന്തരീക്ഷ താപനില കൂടുന്നതും ഹിമാനികൾ ഉരുകുന്നതും വെള്ളപ്പൊക്കവും പുതിയ ഭീഷണിയായി ത്തീർന്നുകൊണ്ടിരിക്കുന്നു.

ഇന്ത്യയിൽനിന്ന് ഒരപൂർവ പക്ഷി

പൂത്താങ്കീരിയുടെ കുലത്തിൽപ്പെടുന്ന ഈ ശണ്ഠപ്പക്ഷിയെ Bugun Liocichla എന്ന പുതിയ സ്പീഷിസിൽ ഉൾപ്പെടുത്തിയിരിക്കുന്നു. ഡോ. രമണ ആത്രേയ എന്ന പക്ഷിശാസ്ത്ര വിദഗ്ധൻ 2006 ൽ അരുണാ ചൽപ്രദേശിൽ ഇതിനെ കണ്ടെത്തുകയും തിരിച്ചറിയുകയും ചെയ്തു. ആവേശകരമായ ഒരു കണ്ടെത്തലായി പക്ഷിനിരീക്ഷകർ ഇതിനെ വാഴ്ത്തി. ഒലിവ് കുപ്പായവും കറുത്തതൊപ്പിയും കണ്ണുകൾക്കുമുമ്പിൽ മഞ്ഞനിറത്തിൽ അടയാളങ്ങളുമൊക്കെയായി ഒരു ഉണ്ടപ്പക്ഷി! പക്ഷി

ശണ്ഠപ്പക്ഷി

കുലം നേരിടുന്ന കടുത്ത നാശഭീഷണികൾക്കിടയിലും പക്ഷിപഠിതാ ക്കൾക്ക് അത്മവിശ്വാസം പകരുന്നത് ഇത്തരം കണ്ടെത്തലുകളാണ്.

ലോകത്തിന്റെ പലഭാഗങ്ങളിൽനിന്നായി അടുത്തയിടെ കണ്ടെത്തിയ മറ്റുചില അനർഘ ജൈവസമ്പത്തുകൾ ഇവയാകുന്നു. നീളൻ ചുണ്ടൻ എകിഡ്ന (ആസ്ത്രേലിയയിലെ തുരപ്പൻ സസ്തനി) ഗോൾഡൻ കങ്കാരു (രണ്ടും ന്യൂഗിനിയിലെ ഫൊജാപർവതനിരകളിൽ കൺസർവേ ഷൻ ഇന്റർനാഷണൽ കണ്ടെത്തി). 7.9 മില്ലിമീറ്റർ മാത്രമുള്ള ഇന്തോനേഷ്യൻ കാർപ്പുമത്സ്യം. മീൻകുലത്തിലെ ഏറ്റവും ചെറിയ അംഗ ങ്ങൾ ഒരുപക്ഷേ, ഇവയാവാം!

7

സിംഹസംരക്ഷണം ഇങ്ങനെ

കാട്ടിലെ രാജാവിനെക്കുറിച്ച് കുട്ടികൾക്ക് ആസ്വദിക്കാൻ എത്ര യെത്ര കഥകൾ! മുയലിന്റെ വാക്കുകേട്ട് കിണറ്റിൽ എടുത്തുചാടിയ സിംഹത്തെ മറക്കാൻ കഴിയുമോ? തൊണ്ടയിൽ കുടുങ്ങിയ എല്ലിൻ കഷ്ണം കൊത്തിയെടുത്ത കൊക്കിനോട് പ്രതിഫലം ചോദിച്ചപ്പോൾ രാജാവ് എന്താണ് പറഞ്ഞത്? നിന്റെ കഴുത്തു കിട്ടിയതുതന്നെ നിന ക്കുള്ള സമ്മാനം എന്ന്! സിംഹത്തെ കാണാത്തവരുടെ മനസുകളിൽ പോലും കഥകളിലെ സിംഹരാജാവു നിറഞ്ഞുനിൽക്കുന്നു.

ദേശീയമൃഗം എന്ന പദവി കടുവയ്ക്കു കൈമാറേണ്ടിവന്നു. എങ്കി ലും ശൗര്യംകൊണ്ടും വന്യസൗന്ദര്യംകൊണ്ടും കാട്ടിലെ രാജാവ് സിംഹം തന്നെ. ഗുജറാത്തിലെ ഗീർവനങ്ങളിൽ മാത്രമേ ഇപ്പോൾ സിംഹ മുള്ളൂ എന്നറിയാമല്ലോ. കേരളത്തിൽ നെയ്യാറിൽ സിംഹങ്ങളെ പരിപാ ലിക്കുന്ന ഒരുദ്യാനമുണ്ട്.

പാന്തറലിയൊ എന്നു ജാതിപ്പേർ. കുടുംബം ഫെലിഡെ. ഏഷ്യ യിലെ സിംഹവും ആഫ്രിക്കൻ സിംഹവും ഒരുപോലെ വംശനാശഭീ ഷണിയുടെ വക്കിലാണ്. കാട്ടുകള്ളന്മാർക്ക് പണ്ടുപണ്ടേ വളരെ ഇഷ്ട പ്പെട്ട മൃഗങ്ങളാണ് ഇവ. അനിമൽ പ്ലാനറ്റിൽ സിംഹങ്ങൾ വിഹരിക്കുന്ന ആഫ്രിക്കൻ സമതലങ്ങൾ കണ്ടുരസിക്കുമ്പോൾ ആരും കൊതിച്ചു പോകും ഈ സൗന്ദര്യധാമങ്ങൾ നമ്മുടെ നാട്ടിലും ഉണ്ടായിരുന്നെങ്കിൽ എന്ന്.

ആൺസിംഹത്തിനേ ജഡയുള്ളൂ. മെലിഞ്ഞ് ഒതുങ്ങിയ അരക്കെട്ടും ഉയർന്നുനിൽക്കുന്ന മസ്തകവും അനുപാതമൊത്ത കൈകാലുകളും നീണ്ടുയർന്ന മനോഹരമായ വാലും ചേർന്നുണ്ടായ ആൺസിംഹ

ഗീർ ദേശീയപാർക്കിലെ ഒരു ആൺസിംഹം

ത്തിന്റെ രൂപസൗകുമാര്യം അനുപമം തന്നെയാണ്. പെൺസിംഹം വലിയ പൂച്ചയാണ്. നമ്മുടെ സങ്കൽപ്പത്തിലെ സിംഹത്തിനു ചേരില്ല. പക്ഷേ, ഇവൾക്ക് ശൗര്യവും സ്ഥൈര്യവും ആൺസിംഹത്തേക്കാൾ, കൂടു തലാണ്. ഇരപിടിക്കാൻ ബഹുകേമി. അതുകൊണ്ട് ആണുങ്ങൾ അത് ഇവൾക്കായി വിട്ടുകൊടുത്തിരിക്കുന്നു. ഒരിക്കൽ വേട്ടയാടിപ്പിടിച്ച ഇരയെ കുടുംബം മൂന്നിലധികം തവണകളായി തിന്നുതീർക്കും.

വന്യതയിൽ സിംഹങ്ങളുള്ളത് ഇപ്പോൾ ഇന്ത്യയിലും ആഫ്രിക്ക യിലും മാത്രം. ആഫ്രിക്കൻ സിംഹങ്ങൾക്ക് വലിപ്പം കൂടും. എന്നാൽ ഒതുങ്ങിയ അരക്കെട്ടും രോമാവൃത ശരീരവുമൊക്കെയായി ഇന്ത്യൻ സിംഹത്തിനാണ് സൗന്ദര്യം കൂടുതൽ.

സിംഹഭൂമിയായ ഗുജറാത്തിലെ ഗീർ ദേശീയപാർക്ക് 1,400 ഓളം കിലോമീറ്ററുകളായി പരന്നുകിടക്കുന്നു. സൗരാഷ്ട്രയിലെ ജുനാഗ് ജില്ല യിലാണ് ഇന്ത്യൻ സിംഹങ്ങളുടെ ഈ ഏകകേന്ദ്രം സ്ഥിതിചെയ്യുന്നത്. പണ്ട് വടക്ക് ബീഹാർ തൊട്ട് തെക്ക് നർമദയുടെ തീരം വരെയുള്ള പ്രദേ ശങ്ങളെല്ലാം ഇതിന്റെ ആവാസമായിരുന്നു. തുറസുകളാണ് ഇഷ്ടം. കള്ള വേട്ട (poaching) സുഗമമായി നടന്നുകൊണ്ടിരിക്കുന്നു. പാർക്കിൽ എത്താൻ സുഗമമായ നിരവധി മാർഗങ്ങൾ ഉള്ളതാണത്രെ ഒരു കാര ണം. നമ്മുടെ വന്യസംരക്ഷണ രീതികൾ ഇങ്ങനെയാണ്. പൊടിക്കുന്ന

കോടികൾക്ക് കണക്കുണ്ടാവില്ലെന്നേയുള്ളൂ. പാർക്ക് നിലവിൽ വന്നിട്ട് (1965) ഇപ്പോൾ നാൽപ്പത്തിയഞ്ചു വർഷമായി. തീർച്ചയായും ആദ്യകാല ങ്ങളിൽ സിംഹങ്ങളുടെ എണ്ണത്തിൽ വർധനവുണ്ടായി. കൂടുതൽ സംര ക്ഷണം ആവശ്യമായ കടുവയ്ക്ക് ദേശീയ മൃഗപദവി വിട്ടുകൊടുക്കാൻ കാരണം ഇതു നൽകിയ ശുഭസൂചനയാണ്. എന്നാൽ പിന്നീട് മൃഗങ്ങ ളുടെ എണ്ണം കുറയുകയാണുണ്ടായത്.

സിംഹവും കടുവയും മറ്റു വൻ പൂച്ചകളുമെല്ലാം വനവ്യവസ്ഥയിൽ ഏറ്റവും മേൽത്തട്ടിൽ നിൽക്കുന്ന ഉപഭോക്താക്കളാണ്. പെട്ടെന്നു പെറ്റു പെരുകുന്ന സസ്യഭോജികളെ നിയന്ത്രണത്തിൽ നിർത്താൻ ഇവയ്ക്കേ കഴിയൂ. ഇത്തരം മാംസഭോജികളുടെ എണ്ണം കുറയുന്നതോടെ സസ്യ ഭുക്കുകളുടെ സംഖ്യ കണ്ടമാനം വർധിക്കും. ആഹാരംതേടി അവ നാട്ടി ലിറങ്ങി കൃഷി നശിപ്പിക്കും. സസ്യഭോജികൾ കുറഞ്ഞാൽ, കാടു നശി ച്ചാൽ, മാംസഭോജികളും നാട്ടിലിറങ്ങും. പുലിശല്യം ഇപ്പോൾ പല നാട്ടിൻപുറങ്ങളിലും സർവസാധാരണമല്ലേ? ഒരു പുലിയെ കണ്ടാൽ വേണ്ട, പുലിയിറങ്ങി എന്നുകേട്ടാൽ കുറേദിവസം എന്തൊരു ബഹളമാ ണ് നമ്മുടെ നാട്ടിൽ. അതിനെ കാട്ടിലേക്കു ഓടിക്കുന്നതിനുപകരം യാതൊരു കരുണയുമില്ലാതെ ദണ്ഡിച്ചു കൊല്ലും. എത്രമാത്രം വികല മാണ് നമ്മുടെ പരിസ്ഥിതി സാക്ഷരത എന്നുനോക്കൂ!

പോട്ടെ, ഗീർവനത്തിൽ ഇപ്പോൾ എത്ര സിംഹങ്ങൾ ബാക്കിയു ണ്ട്? 2005 ലെ സെൻസസ് കണക്കനുസരിച്ച് അത് 359 ആണ്. രാജസ്ഥാ നിലും മധ്യപ്രദേശിലും ഹരിയാനയിലും പഞ്ചാബിലുമെല്ലാം ഒരുകാ ലത്ത് സിംഹങ്ങൾ ഉണ്ടായിരുന്നു. രാജാക്കന്മാർ ഇഷ്ടംപോലെ വെടി വച്ചിട്ട് രസിച്ചു. 1913 ൽ ഒരു രാജാവുതന്നെ (ജുനഗഡ് നവാബ്) സംരക്ഷ ണത്തിന് മുൻകൈ എടുത്തു. വൈസ്രോയ് ലോഡ്കർസൺ പ്രത്യേകം പറഞ്ഞിട്ടായിരുന്നു. കാട്ടുമൃഗങ്ങൾ സംരക്ഷിച്ചുനിർത്തേണ്ട ചരക്കുകളാ ണെന്ന ബോധം ആ സമയത്ത് ഉണ്ടായിരുന്നില്ല. ഗീർവനത്തിൽ അന്ന് കേവലം 20 സിംഹങ്ങൾ മാത്രമേ ഉണ്ടായിരുന്നുള്ളൂപോലും. ഗിർവന ത്തിലെ സിംഹസാന്ദ്രത പരിധികടന്നതുമൂലം അവയിൽ ചിലത് പോർബ ന്ദരും സത്രപതയും പോലുള്ള സമുദ്രതടങ്ങളിൽ അലയുന്നുണ്ടെന്ന ഒരു കേൾവിയുണ്ടെങ്കിലും അതിന് സാധൂകരണമൊന്നും കിട്ടിയിട്ടില്ല. അതേസമയം വെടിവച്ചു വീഴ്ത്തപ്പെടുന്ന സിംഹങ്ങളുടെ എണ്ണം കൂടി വരുന്നു.

മുയൽ കിണറ്റിൽ ചാടിച്ച സിംഹരാജന്റെ കഥ പറഞ്ഞുകൊണ്ടല്ലേ തുടങ്ങിയത്? അറംപറ്റിയതുപോലെ ഗീർമേഖലയിൽ കിണറുകൾ ഇപ്പോഴും ഇവയുടെ കാലന്മാരത്രെ. ദേശീയോദ്യാന മേഖല അധിവാസ കേന്ദ്രം തന്നെയാണെന്നോർക്കണം. കാലിമേച്ചിൽ തൊഴിലുള്ള മൽധരി കളും മറ്റും ഇവിടത്തെ അന്തേവാസികളാണ് (മണ്ണിന്റെ മക്കളെ പുറ

ത്താക്കിയല്ല, അവരെക്കൂടി വിശ്വാസത്തിലെടുത്തു സഹകരിപ്പിച്ചുകൊ
ണ്ടാണ് വന്യജീവികളെ സംരക്ഷിക്കേണ്ടത്). അറുനൂറിലേറെ കിണറു
കൾ ഈ ഭാഗങ്ങളിലുണ്ടത്രെ. സിംഹവും സിംഹക്കുരങ്ങും മറ്റു വന്യ
മൃഗങ്ങളും ഈ കിണറുകളിൽ വീണ് ചാവുന്നു. കിണറുകൾക്ക് ആൾമറ
യില്ലെങ്കിൽ അത് ആരുടെ കുറ്റമാണ്?

സിംഹങ്ങളുടെ സാമൂഹ്യജീവിതത്തെക്കുറിച്ചു ചിലതു പറഞ്ഞു
കൊണ്ട് ഈ വിവരണം അവസാനിപ്പിക്കാം. മാർജാര കുടുംബത്തിൽ
സാമൂഹ്യജീവിതം നയിക്കുന്ന ഏകമൃഗം സിംഹമത്രെ. ഒരു സിംഹക്കൂട്ടം
ഇംഗ്ലീഷിൽ pride എന്നപേരിൽ അറിയപ്പെടുന്നു. ഒരു കൂട്ടത്തിൽ കൂടു
തലും മുതിർന്ന പെണ്ണുങ്ങളായിരിക്കും. കൂട്ടത്തിന്റെ ജീവൻ ഈ സ്ത്രീ
ജനങ്ങളാണ്. ഇരപിടിത്തവും മറ്റും ഇവയുടെ ജോലിയാണ്. എന്നാൽ
ആൺസിംഹം തീറ്റയുടെ സിംഹഭാഗവും കൈക്കലാക്കാൻ മുമ്പിലുണ്ടാ
വും! പെണ്ണുങ്ങൾ എപ്പോഴും കൂട്ടമായി ഇരതേടണം എന്നുമില്ല. മൂന്നു
നാലു വയസാകുമ്പോൾ ആണിനെ കൂട്ടത്തിൽനിന്നു പുറത്താക്കും.
അവൻ അലഞ്ഞുനടന്ന് മറ്റൊരു കൂട്ടത്തിലെ ആണിനെ ജയിച്ച് അതിൽ
ചെന്നുകൂടും. എത്ര ശക്തിമാനായ നായകനായാലും ഒരു മൂന്നുവർഷ
ത്തിനകം അവിടെ നിൽക്കാനാകില്ല. അപ്പോഴേക്കും പുറത്താകും. അഥവാ
മറ്റൊരുവൻ വന്ന് ജയിച്ച് കൂട്ടത്തെ സ്വന്തമാക്കും.

കഴുകനെയും കഴുതപ്പുലിയെയുംപോലെ കാട്ടിലെ ശുചീകരണ
ജോലിക്കാരാണ് സിംഹങ്ങളും. വയറുനിറയ്ക്കാൻ ഇര സ്വയം കണ്ടെ
ത്തണം എന്നു നിർബന്ധമില്ലാത്തവ. ചത്തുകിടക്കുന്നവയെ കിട്ടിയാലും
സുഖമായി ശാപ്പിടും. കഴുകന്റെ ചലനങ്ങൾ ശ്രദ്ധിച്ചുപഠിച്ചാണ് ഇത്തരം
ഇടങ്ങൾ കണ്ടെത്തുക. സ്വയം പിടിച്ചതായാലും തിന്നുന്നതിനൊക്കെ
ഒരു മട്ടും മാതിരിയുമുണ്ട്. ആദ്യം തിന്നുക ഏറ്റവും ശക്തിയുള്ളതായി
രിക്കും. അത് ഒരാണുതന്നെ ആവണമെന്നില്ല. മിക്കവാറും ഇരപിടിത്ത
ത്തിൽ മുഖ്യപങ്കുവഹിച്ച പെണ്ണുതന്നെയാവും. ഊഴം തീരുംവരെ മറ്റു
ള്ളവ ക്ഷമയോടെ ദൂരെ മാറി ക്ഷമിച്ചിരുന്നുകൊള്ളണം. അതേസമയം
സമപ്രായക്കാരായ കുഞ്ഞുങ്ങൾക്ക് ഒന്നിച്ചു ഭക്ഷിക്കാം. സംഘംചേർന്ന്
ഇരപിടിക്കുന്നതുകൊണ്ട് കൂടുതൽ വലിയ ഇരകളെ തന്നെ കിട്ടും. ഇത്
അതിജീവനസാധ്യത വർധിപ്പിക്കും.

അതേസമയം, കുഞ്ഞുങ്ങളുടെ അതിജീവനശേഷി തീരെ കുറവാ
ണ്. കുഞ്ഞുങ്ങളെ ഇത്ര അവഗണിക്കുന്ന അമ്മ ജന്തു ലോകത്തിൽ
വേറെയില്ല. സംഘം പിടിച്ചടക്കുന്ന ആണും നിഷ്കരുണം ശിശുഹത്യ
നടത്തിക്കളയും. ഭക്ഷ്യശൃംഖലയുടെ കൊടുമുടിയിൽ നിൽക്കുന്ന
ജീവിക്ക് എണ്ണപ്പെരുപ്പം നിയന്ത്രിക്കാൻ പ്രകൃതി കണ്ടുപിടിച്ച മാർഗമാ
ണിത്.എന്നാൽ പ്രകൃതിയുടെ രീതികളിൽ മനുഷ്യൻ കൈകടത്താൻ
തുടങ്ങിയതോടെ കാട്ടിലെ രാജാവിന്റെ മരണമണി മുഴങ്ങാൻ തുടങ്ങി.

അയ്യായിരം വർഷം മുമ്പുവരെ ലോകത്തിന്റെ എല്ലാ ഭാഗങ്ങളിലും ഇവ ഉണ്ടായിരുന്നതായി ഫോസിൽ ശാസ്ത്രം വ്യക്തമാക്കുന്നു. ബാക്കിയായവയിൽ വടക്കെ ആഫ്രിക്കയിലെ ബാർബറി സിംഹം (ലോകത്തിലെ ഏറ്റവും വലിപ്പം കൂടിയ ഇനം) 1920 ഓടെ പൂർണമായും നശിച്ചു. ആഫ്രിക്കൻ കെയ്പ് സിംഹം അതിനുമുമ്പേ പോയി. (1890) ഏഷ്യയിലെ പേർഷ്യൻ സിംഹത്തെ 1930 ന് ശേഷം കണ്ടവരില്ല.

8

ഇന്ത്യൻ ആനയും ആഫ്രിക്കൻ ആനയും

രുദ്രപ്രയാഗിൽ ഓരോതവണ നരഭോജികളായ കടുവകളെയൊ പുലികളെയൊ വെടിവച്ചിടേണ്ടി വന്നപ്പോഴെല്ലാം മലഞ്ചെരുവുകളിലെ മനുഷ്യരേയും വന്യജീവികളെയും ജീവനുതുല്യം സ്നേഹിച്ച ജിംകോർ ബെറ്റ് കണ്ണുനീർ പൊഴിക്കുകയുണ്ടായി എന്നത് വെറും കഥയല്ല, എഴു തപ്പെട്ട ചരിത്രമാണ്. ഇതേ കോർബറ്റിന്റെ പേരിൽ അറിയപ്പെടുന്ന ദേശീ യോദ്യാനത്തിൽ ഈയിടെ പലതവണ കടുവകളുടെയും ആനക്കൊമ്പ ന്മാരുടെയും ചോരപ്പുഴ ഒഴുകി. കാട്ടുകള്ളന്മാർക്ക് ഏറ്റവും പ്രിയങ്കര മായ വസ്തു ആനക്കൊമ്പാണെന്നറിയാമല്ലോ. മുതുമലൈ കാടുകളിൽ നിന്ന് വീരപ്പൻ ശേഖരിച്ചത് 40,000 കിലോയിലും ഏറെ തൂക്കംവരുന്ന ആനക്കൊമ്പുകളായിരുന്നത്രെ! ഇപ്പോഴും ഇന്ത്യയുടെ നാനാഭാഗങ്ങ ളിൽനിന്നായി ഇതിലുമേറെ ദന്തം വിദേശവിപണികളിലെത്തുന്നു. ആന വേട്ട നിർബാധം തുടരുന്നു.

ഏതു ഘോരവനത്തിന്റെയും തലയെടുപ്പ് അതിലെ ആനക്കൂട്ടങ്ങൾ തന്നെയാണ്, സംശയമില്ല. പക്ഷേ, സഹ്യന്റെ മക്കൾ നഗരച്ചൂടിൽ തിടമ്പു ചുമക്കുന്ന കാഴ്ചയാണ് കേരളം പല കാലമായി കണ്ടുവരുന്നത്. ഭക്തി യുടെ മേമ്പൊടി പുരട്ടിയാൽ എത്ര വലിയ ക്രൂരതയും സഹനീയമാ കും. വടക്കൻ കേരളത്തിലെ വയനാട്ടുകുലവൻ തെയ്യംകെട്ട് ഉത്സവങ്ങ ളുടെപേരിൽ നടന്നുവരുന്ന ലക്കും ലഗാനുമില്ലാത്ത മൃഗനായാട്ടുതടയാൻ കോടതി ഇടപെട്ടു. യഥാർഥ നായാട്ടിനുപകരം പ്രതീകാത്മകനായാട്ടു മതിയെന്നു തീരുമാനിക്കാൻ ഇപ്പോൾ സ്ഥാനികരിൽ ചിലരെങ്കിലും തയാറായിട്ടുണ്ട്. അനുഷ്ഠാനങ്ങൾ പ്രകൃതിപൂജയാണ്. പ്രകൃതിക്കുള്ള അർപ്പണമാണ്. ഇതു മനസിലാക്കിയവർ വന്യജീവികളെ ഉപദ്രവിക്കില്ല.

കരയിൽ ജീവിച്ചിരി ക്കുന്ന ഏറ്റവും വലിയ ജന്തുവാണ് ആന. ദിനാ തോറിയം, മൊറിതീറിയം, ഗൊംഫൊതെറീസ്, മാസ്റ്റ് ഡൊൺ, മാമത്ത് എന്നിങ്ങ നെയുള്ള പൂർവികരിലൂടെ വന്ന് ഇന്നത്തെ ഗജങ്ങൾ ഉണ്ടായി. രണ്ടുതരം ആന കളേ ഇപ്പോൾ അവശേഷി ക്കുന്നുള്ളൂ.

(coxodonta) ഇന്ത്യൻ ആനയ്ക്ക് (elephas. maxi-mus) നാലു ഉപജാതി. ഇ തിൽ രണ്ടെണ്ണം ഇന്ത്യയിലും ശ്രീലങ്കയിലും ബാക്കിര ണ്ടെണ്ണം ബോർണിയൊ യിലും സുമാത്രയിലും രണ്ടും തീരെ കുള്ളൻ.

ഇന്ത്യൻ ആനയിൽ ത്തന്നെ അസാമിലെ ആന യും കേരളത്തിലെ (കർണാ ടകത്തിലെ) ആനയും ത

ഏഷ്യൻ ആന

മ്മിൽ വ്യത്യാസം ഉണ്ട്. 'ആനച്ചന്തം' കൊണ്ട് കേരളത്തിലെ ആനകളെ തിരിച്ചറിയാം. തടിപിടിക്കാൻ ആസാം ആനകളും ഇവിടെ എത്തുന്നുണ്ട്. ഇന്ത്യയിൽ ഏറ്റവും കൂടുതൽ ആനകളുള്ളത് കർണാടക വനങ്ങളിലാ ണ്. രണ്ടാം സ്ഥാനം കേരളത്തിനാണ് (6,965 ആന). ആഫ്രിക്കൻ ആന കൾക്ക് വലു പ്പവും തടിമിടുക്കും ദന്തങ്ങളുടെ വലുപ്പവും കൂടും. ചെവി കൾ പരന്ന് ഏറെ വലുതാണ്. തുമ്പി കുറച്ചുകൂടി കുറുകിയിട്ടാണ്. വന്യ സ്വഭാവത്തിൽ മുൻപന്തിയിലാണ്. ചെറുതെങ്കിലും പെണ്ണാനകൾക്കും പലപ്പോഴും കൊമ്പുണ്ടാവും. ബോർണിയോയിലെ സബാ ദ്വീപിലുള്ള കുള്ളൻ ആനകളാണ് ലോകത്തിലെ ഏറ്റവും ചെറിയ ആനകൾ.

വന്യമൃഗങ്ങളിൽ മനുഷ്യന്റെ ക്രൂരതയ്ക്ക് ഏറ്റവും കൂടുതൽ വിധേ യമാകുന്ന മൃഗം ആനതന്നെ, സംശയമല്ല. തണുപ്പും ഈർപ്പവുമുള്ള വനങ്ങളിൽ സസുഖം ചുറ്റിത്തിരിയേണ്ട ഗജങ്ങളെ പൊള്ളുന്ന നട്ടുച്ച വെയിലിൽ ടാർ റോഡിലൂടെ നടത്തുന്നു. കാട്ടിലെത്തി നിഷ്കരുണം വെടിവച്ചിടുന്നു. ഒരു നിയമവും ഇതിനു ബാധകമല്ല. കേരളത്തിനു വെളി യിൽ അന്യസംസ്ഥാനങ്ങളിൽ എല്ലാ വന്യജീവി സംരക്ഷണകേന്ദ്രങ്ങളും കള്ളവേട്ടക്കാരുടെ പറുദീസകളത്രെ.

ആഫ്രിക്കൻ ആന

ദന്തം (ആനപ്പല്ല്) എന്ന വെളുത്ത സ്വർണത്തിന് അന്താരാഷ്ട്ര വിപ ണിയിൽ പൊന്നിനേക്കാൾ വിലയാണ്.

ഇന്ത്യൻ ഉപഭൂഖണ്ഡത്തിൽ ഒരുകാലത്ത് ആനകളുടെ എണ്ണം ഒരു ലക്ഷത്തിൽ അധികമായിരുന്നു. ഇപ്പോഴത് ഇരുപതിനായിരത്തിലും കുറ വാണ്. ആൺ–പെൺ അനുപാതം 1:20 ആയി കുറഞ്ഞത് ഗുരുതര പ്രശ്ന മായി. കൊമ്പിനുവേണ്ടി ആണാനകളിൽ കണ്ണുവെക്കുന്നതിന്റെ ദുരവ്യാ പകഫലമാണിത്. ഇനിയിപ്പോൾ പെണ്ണാനകൾ മാത്രമേ ബാക്കിയുള്ളൂ. തോടെ വംശവർധനപാടെ നിൽക്കും. ആയിരത്തിൽ താഴെ ആണാന

കൾ മാത്രമേ ഇപ്പോൾ ബാക്കിയുള്ളൂ എന്ന് കണക്കുകൾ പറയുന്നു. ഇതിൽത്തന്നെ ദന്തമുള്ളവ ഏതാനും നൂറുകൾമാത്രം. കാട്ടുകള്ളന്മാർക്ക് ഇവയെക്കൂടി നശിപ്പിക്കാൻ അധികം സമയം വേണ്ട.

ആഫ്രിക്കൻ ആനകളുടെ എണ്ണം ഇതിലും എത്രയോ ഏറെ കൂടുമെങ്കിലും ഇവയുടെ നാശവും ഏറെ ശീഘ്രഗതിയിലാണ്. പിടിച്ചെടുക്കുന്ന ആനക്കൊമ്പുകളുടെ അടിസ്ഥാനത്തിൽ കണക്കുകൂട്ടുമ്പോൾ വ്യക്തമാകുന്നത് ഇങ്ങനെപോയാൽ ആഫ്രിക്കൻ ആനകൾ ഒരു പതിനഞ്ചു വർഷംകൊണ്ട് നാമാവശേഷമാകുമെന്നാണ്.

ആനകളുടെ എണ്ണപ്പെരുപ്പം ഈയടുത്തകാലംവരെ ആ വൻകരയെ വിഷമിപ്പിച്ചിരുന്നു എന്നുകൂടി അറിയുക. സിംബ്ബാബ്വെ എന്ന ഒരു ചെറിയ മേഖലയിൽ മാത്രം അറുപത്തി അയ്യായിരത്തിലേറെ ആനകളുണ്ടായിരുന്നു. ആ വനമേഖലയ്ക്കു താങ്ങാനാവുന്നതിലും കൂടുതൽ. വൻകരയിലെ ബൊട്സ്വാന, നമീബിയ, സൗത്ത് ആഫ്രിക്ക എന്നീ രാജ്യങ്ങളും കരവീരന്മാരുടെ എണ്ണംകൊണ്ട് ഒപ്പമെത്തി. എണ്ണപ്പെരുപ്പം നിയന്ത്രിക്കാൻ 1997 ൽ ആനക്കൊമ്പു കച്ചവടത്തെ നിയന്ത്രിക്കുന്ന അന്താരാഷ്ട്ര നിയമംപോലും താൽക്കാലികമായി ഭേദഗതി ചെയ്തു. ഫലം ഗുരുതരമായിരുന്നു. വെറും പത്തുവർഷംകൊണ്ട് എണ്ണത്തിൽ ഗണ്യമായ കുറവുണ്ടായി.

ആനയായാലും ഒരു ചെറുശലഭമായാലും നമ്മൾ എണ്ണംകണ്ട് മദിക്കരുത്. എണ്ണം കോടിക്കണക്കിനുണ്ടായിരുന്ന സഞ്ചാരി പ്രാവുകൾ പാടെ നാമാവശേഷമാവാൻ എത്ര വർഷമെടുത്തു?

9

ദേശീയമൃഗമായ കടുവ

കടുവയ്ക്ക് ശക്തിയുണ്ട്, ഗാംഭീര്യമുണ്ട്, സൗന്ദര്യമുണ്ട്. ദേശീയ മൃഗമെന്ന ഉന്നതപദവിയുണ്ട്. എങ്കിലും കടുവകൾ നിഷ്കരുണം വേട്ട യാടപ്പെടുന്നു. ലോകവന്യജീവിനിധിയുടെ കണക്കിൽ കടുത്ത വംശ നാശഭീഷണി നേരിടുന്ന വൻമൃഗങ്ങളുടെ ഏറ്റവും മുകളിലാണ് ഇപ്പോൾ കടുവയുടെ സ്ഥാനം. ഇന്ത്യൻ കടുവകളുടെ ഗർജനസ്വരവും നേർത്തു നേർത്തു ഇല്ലാതാവുകയാണൊ?.

ശാസ്ത്രനാമം പാന്തറ ടൈഗ്രിസ്. ഇന്ത്യയിലും ദക്ഷിണേഷ്യയി ലുമാണ് കടുവകളുള്ളത്. ആഫ്രിക്കയിലൊ അമേരിക്കയിലൊ ചെന്നാൽ സിംഹത്തെ കാണാം. പുലികളെ കാണാം. കടുവയെ കാണാൻ കിട്ടില്ല.

പലതരം മാനുകൾ, കാട്ടുപോത്ത്, കന്നുകാലികൾ എന്നിവയ്ക്കു പുറമെ ചിലപ്പോൾ പക്ഷികളെയും പിടിച്ചുതിന്നും. ഒറ്റയിരിപ്പിന് 60 കിലോ ഇറച്ചിതിന്നും. ഒരിക്കൽ വയറുനിറച്ചാൽ മറ്റു വൻപൂച്ചകളെപ്പോലെ കുറ ച്ചുദിവസം ഒന്നും തടഞ്ഞില്ലെങ്കിലും പ്രശ്നമില്ല. ചുവപ്പുകലർവിയുള്ള ഓറ ഞ്ചുമേനിയിലെ കറുത്തവരകൾ കടുവകൾക്ക് അവയുടേതായ വ്യക്തി ത്വം നൽകുന്നു. കറുത്തകടുവയും വെള്ളക്കടുവയും ഉണ്ടെങ്കിൽ അത് ജനിതകമായ ഒരു വ്യത്യസ്തതയാണ്. ത്വക്കിലെ വർണവസ്തു (മെ ലാനിൻ) കുറഞ്ഞാൻ ആനയും വെള്ളാനയായാവും. മെലാനിന്റെ ആധിക്യം ശരീരത്തെ കറുപ്പിക്കും.

പൂച്ചകളുടെ എല്ലാ സ്വഭാവ സവിശേഷതകളും പുലികൾക്കെന്ന പോലെ കടുവകൾക്കും കാണാം. കാട്ടിലെ വലിയ മാർജാരന്മാരാണ ല്ലൊ ഇവയെല്ലാം. രാത്രി ഇരതേടുകയും പകൽസമയം വിശ്രമിക്കുക യുമെന്നതാണ് മാർജാരകുടുംബത്തിലെ എല്ലാ അംഗങ്ങളുടെയും രീതി. കഴുത്തിൽ കടിച്ച് ശ്വാസംമുട്ടിച്ചാണ് ഇരപിടുത്തം. സിംഹവും മറ്റും ഏതു

കനത്ത ഇരയേയും കൊന്ന് കടിച്ചുതൂക്കികൊണ്ടുപോകും. അത്രയും ബലവത്താണ് കഴുത്തിലെ പേശികൾ.

പൂർവേഷ്യയിലാണ് കടുവകളുടെ ആവിർഭാവമെന്നു കരുതപ്പെടുന്നു അവിടെ നിന്ന് പല ഭാഗങ്ങളിലേക്ക് നീങ്ങി വ്യത്യസ്ത സാഹചര്യങ്ങൾക്കനുസരിച്ച് വ്യതിയാനങ്ങൾ ആർജിച്ച് നിറത്തിലും വലിപ്പത്തിലുമെല്ലാം മാറ്റം വന്ന് എട്ട് ഉപജാതികമുണ്ടായി.

ഏഷ്യൻ കടുവകൾക്ക് എട്ടോളം സബ് സ്പീഷിസുകൾ (ഉപജാതികൾ) ഉണ്ടായിരുന്നു എന്നാണ് പറഞ്ഞുവരുന്നത് ഇതിൽ മുന്നെണ്ണം (കാസ്പിയൻ, ബാലി, ജാവൻ) പൂർണമായും നശിച്ചുപോയി. നാലാമതൊന്നായ സൗത്ത് ചൈന ടൈഗർ സർവ നാശത്തിന്റെ വക്കിലാണ്. 20-30 എണ്ണം മാത്രമേ വന്യാവസ്ഥയിൽ ബാക്കിയുള്ളൂ എന്നു കേൾക്കുന്നു. ഇന്ത്യൻ ടൈഗർ (ബംഗാൾ ടൈഗർ), സൈബീരിയൻ ടൈഗർ, സുമാത്രൻ ടൈഗർ, ഇന്തോ ചൈനീസ് ടൈഗർ, എന്നീ സബ്സ്പീഷിസുകൾ കൂടി ബാക്കിയുണ്ട് (താഴെ ലിസ്റ്റ് കാണുക) ഇതിൽ എണ്ണത്തിൽ മുൻപന്തിയിൽ ഇന്ത്യൻ (ബംഗാൾ) കടുവകളാണ്. ബാക്കിയുള്ളവ ഓരോന്നും നൂറിൽ താഴെ മാത്രമേ വരൂ.

ഭാരതം ഒരുകാലത്തു കടുവകളുടെ സുവർണ ഭൂമിയായിരുന്നു. കഴിഞ്ഞ നൂറ്റാണ്ടിന്റെ ആരംഭത്തിൽ (1900) നാൽപ്പതിനായിരത്തിലേറെ കടുവകൾ വിഹരിച്ചിരുന്ന ഭൂമിയാണിത്. ഇന്നത്തെ ഇന്ത്യയിലും പാകിസ്ഥാനിലും മ്യാൻമറിലും അവ സ്വൈര്യവിഹാരം ചെയ്തു. ലോകത്തിലെതന്നെ ഏറ്റവും വലിയ കണ്ടൽ കാടായ സുന്ദർബൻസിലെ തണ്ണീരിടങ്ങളിൽ നീന്തിത്തുടിച്ചു. ആ സ്ഥാനത്ത് ഇപ്പോൾ ഇവിടെ എത്ര കടുവകൾ ബാക്കി ഉണ്ട്? 2010 ലെ സെൻസസ് അനുസരിച്ച് 1706 എണ്ണം മാത്രം. അതും 37 നീണ്ട വർഷങ്ങളായി നടന്നുവരുന്ന പ്രൊജക്ട് ടൈഗർ പരിപാടിക്കുശേഷം.

ലോകത്ത് ഇനി ബാക്കിയുള്ള 5 കടുവഉപജാതികൾ

1. ബംഗാൾ ടൈഗർ – P tigris tigris.
2. അമുർ (സൈബീരിയൻ, മഞ്ചൂറിയൻ, ഉസ്സുറി, പൂർവചൈനീസ് കടുവകൾ) – P. t. altaica
3. അമൊയ് (ദക്ഷിണചൈനീസ്) P. t. amoyensis
4. സുമാത്രൻ കടുവ – P. t. Sumatrae
5. ഇന്തോ-ചൈനീസ്– P. t. Corbetti

1973 ൽ ഇന്ദിരാഗാന്ധിയാണ് പ്രൊജക്ട് ടൈഗർ പദ്ധതി തുടങ്ങിവച്ചത്. അതിനുമുമ്പ് 1972 ൽ അതിനെ ദേശീയ മൃഗമാക്കി അവരോധിച്ചു. കടുവകളുടെ അംഗസംഖ്യ രണ്ടായിരത്തിൽ താഴെയായി ചുരുങ്ങിയ കാലമായിരുന്നു. 1972 ലെ ആദ്യത്തെ കണക്കെടുപ്പിൽ 1,827 കടുവകളെ മാത്രമേ കിട്ടിയുള്ളൂ. ഉൽക്കണ്ഠാജനകമായ ഈ സ്ഥിതിവിശേഷമാണ് പ്രൊജക്ട് ടൈഗർ പദ്ധതിക്കു തുടക്കമിട്ടത്. സംരക്ഷണകേന്ദ്രങ്ങളുടെ എണ്ണം ആദ്യത്തെ ഒമ്പതിൽനിന്ന് 2005 ൽ ഇരുപത്തിയെട്ടും ഇപ്പോൾ 39 ആയും വർധിച്ചു. 1993 ലെ കണക്കെടുപ്പിൽ 3,750 കടുവകളുണ്ടായിരുന്നു.

എന്നാൽ അധികം താമസിയാതെ ഈ പുരോഗതിക്ക് വൻതിരി ച്ചടികൾ ഉണ്ടായി. സംരക്ഷണ കേന്ദ്രങ്ങളിൽ വെടിയേറ്റും ഷോക്കേറ്റും ചത്തുവീഴുന്ന കടുവകളുടെ എണ്ണം രാജ്യത്തെ നടുക്കി. കള്ളവെടിവെ പ്പുകാർ സ്വതന്ത്രമായി വിഹരിച്ചു. കടുവകളെ ഒരു നോക്കു കാണാൻ പോലും കിട്ടാതെ സംരക്ഷണ കേന്ദ്രങ്ങളിൽനിന്ന് പ്രകൃതിസ്നേഹികൾ

ബംഗാൾ കടുവ

നിരാശരും രോഷാകുലരുമായി മടങ്ങി. സ്ഥിതി ഇപ്പോൾ കൂടുതൽ രൂക്ഷ മാണെന്ന് ദേശീയ പത്രങ്ങളിൽ വരുന്ന വാർത്തകൾ കണ്ടാലറിയാം. രാജസ്ഥാനിലെ സാരിസ്ക സംരക്ഷണ കേന്ദ്രത്തിൽ ഇപ്പോൾ കടുവ കളേ ഇല്ല. സ്ഥിരീകരണം വന്നുകഴിഞ്ഞു. കോർബറ്റ് നാഷണൽ പാർ ക്കിൽ വർഷങ്ങളായി കടുവകളെ കാണാനില്ലെന്ന് സഞ്ചാരികൾ. അതേ സമയം അവയുടെ അനാഥമൃതശരീരങ്ങൾക്ക് പഞ്ഞവുമില്ല. ജീവ നുള്ളവയുടെ കണക്കുകൾ ഊതിപ്പെരുപ്പിച്ചതാണെന്ന് പരക്കെ പരാതി ഉണ്ടാവുന്നു. അനൗദ്യോഗിക കണക്കനുസരിച്ച് എണ്ണം 1300ലും കുറ വാണ്. ഈ സ്ഥിതി തുടർന്നാൽ 15 വർഷത്തിനകം അത് 400 ആയി കുറയുമെന്നും പ്രവചനമുണ്ടായിട്ടുണ്ട്. പശ്ചിമബംഗാളിലെ സുന്ദർബനിൽ ആണ് കടുവകളുടെ എണ്ണം ഏറ്റവും കൂടുതൽ. സ്വർണവർണമുള്ള ബംഗാൾ കടുവകൾ പ്രസിദ്ധമാണല്ലോ. ലോകത്ത് ഇപ്പോൾ ബാക്കി യുള്ളവയിൽ പകുതിയും ബംഗാൾ കടുവകളാണ്.

അന്ധവിശ്വാസങ്ങളുടെപേരിൽ ഏറ്റവുമേറെ കൊല്ലപ്പെടുന്ന കാട്ടു മൃഗം കൂടിയാണ് കടുവ. അതിന്റെ ഓരോ ഭാഗത്തിനും ഓരോതരം ശക്തികളുണ്ടെന്ന വിശ്വാസം മാർക്കറ്റിൽ പരക്കെ ചെലവാകുന്നു. കിഴക്ക നേഷ്യൻ രാജ്യങ്ങളിലെ നാട്ടുവൈദ്യത്തിൽ കടുവയുടെ ശരീരഭാഗങ്ങൾ ക്ക് നിർണായക സ്ഥാനംതന്നെ ഉണ്ടായിരുന്നു. ബുദ്ധിശക്തി വർധിപ്പി ക്കാൻ, വാജീകരണശേഷി കൂട്ടാൻ തല – മാനസികരോഗം ഭേദപ്പെടു ത്താൻ തൊലി – മനോവീര്യം ഉത്തേജിപ്പിക്കാൻ ചോര പേയിളകലിന് (റാബിസ്) പ്രതിവിധിയായി പല്ലുകൾ പല്ലുവേദനയ്ക്ക് മീശരോമങ്ങൾ അപസ്മാരബാധയ്ക്ക് – പിത്തരസം ചർമരോഗങ്ങൾക്ക് – വാൽ എന്നി ങ്ങനെ മറ്റൊരു ജീവിക്കും കിട്ടാത്ത പരിഗണന ഓരോ അവയവത്തിനും രോഗചികിത്സയിൽ കിട്ടി. ഇന്ന് ആ പഴയ നാട്ടിൻപുറത്തുകാർ ഇതെല്ലാം ഉപേക്ഷിച്ചു. പുത്തൻപണക്കാരുടെ ചന്തയിൽ ഇപ്പോൾ ഇതെല്ലാം വിറ്റു കാശാക്കാൻ കഴിയുന്നു. കടുവയുടെയും പുലിയുടെ പല ശരീരഭാഗ ങ്ങളും വിലപിടിച്ച കൗതുകവസ്തുക്കൾ കൂടിയാണ്. കഴിഞ്ഞ പത്തു വർഷത്തിൽ ആയിരത്തിഅഞ്ഞൂറോളം കടുവകൾ അവയുടെ സംരക്ഷ ണകേന്ദ്രങ്ങളിൽത്തന്നെ ചത്തുവീണത് അതുകൊണ്ടാണ്. ഇതുവഴി കൈമാറിയത് 900 കോടി രൂപയാണത്രെ. ഒരു കടുവത്തോലിനുമാത്രം 10–12 ലക്ഷം കിട്ടും. വിശ്വസിക്കാൻ കഴിയുന്നുണ്ടോ? കോടീശ്വരന്മാരുടെ ഓരോ ഭ്രാന്തുകൾ! കാടും നാടും നശിക്കുന്നത് പണക്കൊഴുപ്പ് തലയ്ക്കു പിടിച്ച ഇത്തരം നരാധമന്മാർ മൂലമാണ്.

ടൈഗർ സംരക്ഷണ പരിപാടികൾ വിജയിക്കാത്തത് പ്രധാനമായും ജനകീയ പങ്കാളിത്തത്തിന്റെ അഭാവം മൂലമാണെന്ന് വിലയിരുത്തപ്പെ ടുന്നു. സംരക്ഷണകേന്ദ്രങ്ങളിലെ ആദിവാസികളും മറ്റും മൃഗവേട്ടക്കാ രുടെ ഒറ്റുകാരാകുന്നത് അതുകൊണ്ടാണ്. കേരളത്തിലെ പെരിയാർ റിസർവിൽ കടുവകളുടെ എണ്ണം കൂടിയിട്ടുണ്ടെന്ന് 2010 ആദ്യം പുറ ത്തുവിട്ട കടുവ സെൻസസ് വ്യക്തമാക്കിയിട്ടുണ്ട്. ശക്തിയായ ബോധ വൽക്കരണ പ്രവർത്തനങ്ങൾതന്നെ ഇതിനു പിന്നിലുണ്ട്.

പറമ്പിക്കുളം കടുവസങ്കേതം

രാജ്യത്തെ മുപ്പത്തിയെട്ടാമത് കടുവസങ്കേതമായി പറമ്പിക്കുളം വന്യജീവി ഉദ്യാനം സ്ഥാനംനേടി. 2010 ജനുവരിയിൽ ഔദ്യോഗിക പ്രഖ്യാപനം വന്നു. പാലക്കാട്, തൃശൂർ ജില്ലകളിലെ നെന്മാറ, വാഴച്ചാൽ, ചാലക്കുടി എന്നീ വനവിഭാഗങ്ങളിലാണ് പറമ്പിക്കുളം. പശ്ചിമഘട്ട ത്തിലെ ഒരു വൻ ജൈവസമ്പദ്ക്ലെവറ കൂടിയാണ് ഈ മേഖല. കടുവ യ്ക്കു പുറമെ ഒട്ടനേകം വന്യമൃഗങ്ങളും പക്ഷികളും ഇവിടെയുണ്ട്. കേര ളത്തിൽ ഇപ്പോൾ രണ്ടു കടുവ സംരക്ഷണ കേന്ദ്രങ്ങളുണ്ട്. പെരിയാറും പറമ്പിക്കുളവും. രണ്ടിടത്തും കൂടി 43–48 കടുവകൾ അവശേഷിക്കു ന്നു. കേരളവും കർണാടകവും തമിഴ്നാടും ഉൾപ്പെടുന്ന പശ്ചിമഘട്ടമേ

ഖലയിൽ 534 ഉം. ഇന്ത്യയിൽ അവശേഷിക്കുന്ന കടുവകളിൽ ഏതാണ്ട് മൂന്നിലൊന്നും ദക്ഷിണേന്ത്യയിലാണെന്നർഥം.

ലോകത്തിൽ 13 രാജ്യങ്ങളിൽ മാത്രമേ കടുവകൾ അവശേഷിച്ചിട്ടു ള്ളൂ. ഇന്ത്യ, ചൈന, നേപ്പാൾ, ഭൂട്ടാൻ, റഷ്യ, ഇന്തോനേഷ്യ, മലേഷ്യ, കമ്പോഡിയ, വിയറ്റ്നാം, ലാവോസ്, തായ്‌ലന്റ്, മ്യാന്മാർ ബംഗളാദേശ് എന്നിവയാണ് ഈ രാജ്യങ്ങൾ.

ഇന്ത്യൻ ചീറ്റപ്പുലിയെക്കുറിച്ചുകൂടി ഇവിടെ രണ്ടുവാക്ക്. ഈ അതി വേഗ ഓട്ടക്കാരനെ 1947 നും ശേഷം ഇന്ത്യൻ കാടുകളിൽ കണ്ടവരില്ല. വളരെക്കുറച്ച് ഇന്ത്യൻ ചീറ്റകൾ ഇറാനിലുണ്ട്. ആഫ്രിക്കൻ കാടുകളി ലാവട്ടെ ഇവയ്ക്ക് യാതൊരു കുറവും വന്നിട്ടില്ല. ആഫ്രിക്കൻ ചീറ്റകളെ ഇന്ത്യൻ വനങ്ങളിൽ കൊണ്ടുവിടാനുള്ള ഒരു പരിപാടിയെക്കുറിച്ച് ഇപ്പോൾ ആലോചന നടന്നുകൊണ്ടിരിക്കുന്നു. ഇറാനിയൻ ചീറ്റകൾ വംശനാശത്തിന്റെ വക്കിലായതുകൊണ്ട് അവയെ കൊണ്ടുവരാൻ കിട്ടി ല്ല. അതുകൊണ്ട് ആഫ്രിക്കൻ ചീറ്റകളെയാണ് പരീക്ഷിക്കുക. ശ്രമം വിജയിച്ചാൽ എട്ട് വൻപൂച്ച ജാതികളിൽ ആറും (സിംഹം, കടുവ, പുലി, മഞ്ഞപുലി, ചീറ്റപുലി, ചീറ്റ) ഉള്ള രാജ്യമെന്ന ബഹുമതി ഇന്ത്യക്കു ണ്ടാവും

10

കടലാമയും മറ്റു ജലജീവികളും

ഒറീസയിലെ ഗാഹിർമാതാ സമുദ്രതീരം ഏതു കാര്യത്തിലാണ് ലോക പ്രസിദ്ധമായിരിക്കുന്നത് എന്നറിയാമോ? ഒലിവ്റിഡ്‌ലി (Lepido-chelis Olivacea) കടലാമകളുടെ ലോകത്തിലെ ഏറ്റവും വലിയ പ്രജനന കേന്ദ്രവും സംരക്ഷണകേന്ദ്രവുമാണിത്. ഗാഹിർമാത കൂടാതെ, ഋഷി കുല്യ, ദേവി എന്നിങ്ങനെ രണ്ടു തീരങ്ങളിൽക്കൂടി സീസണാകുമ്പോൾ ഇത്തരം കടലാമക്കൂട്ടങ്ങളെ കാണാം. ഇത്തരം സമൂഹമുട്ടയിടൽ കേന്ദ്ര ങ്ങളിൽ ഒരുസമയം അഞ്ചുലക്ഷം ആമകൾവരെ എത്താറുണ്ട്.

കോഴിക്കോടു ജില്ലയിലെ കൊളാവിപ്പാലം (പയ്യോളി) കടപ്പുറത്തും ഈ രീതിയിൽ ഒലിവ് റിഡ്‌ലികളുടെ പ്രജനനോത്സവം നടക്കാറുണ്ട്. ചെറിയ തോതിലാണെന്നുമാത്രം. ഈ ആമകളെയും അവയുടെ മുട്ടക ളെയും സംരക്ഷിക്കുന്നത് 1992 മുതൽ അവിടത്തെ തൊഴിലാളികളുടെ മുൻകൈയോടെയാണ്. മുട്ടയിടൽ കാലം ഇരപിടിയന്മാരുടെ ഉത്സവ കാലം കൂടിയാണ്. പക്ഷി കളും മൃഗങ്ങളും മാത്രമല്ല, ദുരപിടിച്ച മനുഷ്യരും മുട്ട കൾക്കായി തഞ്ചം പാർ ത്തിരിക്കുന്നു. കുഴിയിൽ മുട്ട യിട്ട് ആമകൾ കടലിലേക്കു തിരിച്ചുപോകും. മുട്ടകൾ വിരിഞ്ഞുണ്ടാകുന്ന കുട്ടി കൾ ഒറ്റയ്ക്ക് കടലിലേക്കു തന്നെ തിരിച്ചുപോകണം എന്നതാണ് പ്രകൃതിനിയമം.

കടലാമ

ഒലീവ് റിഡ്ലികൾ

ഇറച്ചിക്കുവേണ്ടി ആമകളെ പിടിക്കുന്നവരും ധാരാളമുണ്ട്.

വന്യജീവി സംരക്ഷണനിയമം അനുസരിച്ച് ഈ ജീവികളെ ദ്രോഹി ക്കുന്നത് കുറ്റകരമാണ്. എല്ലാവർഷവും സെപ്തംബർ-മാർച്ച് മാസങ്ങൾ ക്കിടയിലുള്ള കാലയളവിൽ ഇതൊന്നും പരിഗണിക്കാതെ മുട്ടറാഞ്ചികളും ആമപിടിയന്മാരുമെത്തും. എന്നാൽ അവരുടെ തേർവാഴ്ച ഇപ്പോൾ ഇഷ്ടംപോല നടക്കുന്നില്ല. ജനങ്ങൾക്ക് ബോധമുണ്ടായിരിക്കുന്നു. വന്യ ജീവി സംരക്ഷണരംഗത്തുണ്ടായ പ്രതീക്ഷയുണർത്തുന്ന നല്ല ഒരു മാറ്റ മാണിത്.

കാസർകോഡ് ജില്ലയിലെ നീലേശ്വരം തൈകടപ്പുറത്ത് 'നയ്തൽ' എന്ന ജനകീയ കൂട്ടായ്മയും ഇതേരീതിയിൽ ഒലിവ് റഡ്ലി ആമകളെ സംരക്ഷിക്കുന്നുണ്ട്. അറിയപ്പെടാത്ത പരിരക്ഷണ സംഘങ്ങൾ വേറെ യുമുണ്ട്. ഒരു ദേശീയ സമുദ്ര ഉദ്യാനമായി മാറേണ്ട സ്ഥലമാണ് കൊളാ വിപ്പാലം. അന്റാർട്ടിക് സമുദ്രത്തിലൊഴികെ ഉഷ്ണ-മിതോഷ്ണ സമു ദ്രങ്ങളിലെല്ലാം കടലാമകളുണ്ട്. മുട്ടയിടാനായി പെണ്ണാമകൾ മാത്രം കര യിലെത്തുന്നു. ആവശ്യം കഴിഞ്ഞ് തിരിച്ചുപോകുന്നു. അത് അവയുടെ വിനാശകാലം കൂടിയാണ്. എല്ലാത്തരം കടലാമകളും ഇപ്പോൾ വംശ നാശത്തിന്റെ വക്കത്താണ്. പച്ചക്കടലാമ (ഗ്രീൻ ടർട്ടിൽ) ഫ്ളാറ്റ്ബാക്ക്, ലോഗർഹെഡ്, ലതർബാക്ക്, ഹാക്സ്ബിൽ, ഒലീവ് റിഡ്ലി, കെമ്പ് റിഡ്ലി എന്നിവയാണ് കടലാമ വർഗങ്ങൾ. കറുത്ത കടലാമ ശാന്തസ മുദ്രത്തിൽ മാത്രമേയുള്ളൂ. അത് പച്ചക്കടലാമയുടെ ഒരു വകഭേദം മാത്ര മാണെന്നു കരുതപ്പെടുന്നു.

എണ്ണത്തിൽ ഏറ്റവും കൂടുതലും വലുപ്പംകൊണ്ട് ചെറുതുമാണ് ഒലീവ് റിഡ്‌ലികൾ. ലതർബാക്കാണ് വലുപ്പത്തിൽ ഏറ്റവും മുമ്പൻ. ഏറ്റവും ദൂരം സഞ്ചരിക്കുന്നതും ഇവനാണുപോലും. പേരു സൂചിപ്പിക്കുമ്പോലെ തോടിന് കട്ടിതീരെ കുറവാണ്. ചിലി, ന്യൂസിലാന്റ് തീരങ്ങളിൽ ഇവയെ കണ്ടുവരുന്നു. തണുത്തുറഞ്ഞ സമുദ്രങ്ങളിൽപ്പോലും സഞ്ചരിക്കും.

മുകളിൽപ്പറഞ്ഞ ആറിനങ്ങളിൽ (കറുത്ത കടലാമ അടക്കം) അഞ്ചും ഇന്ത്യൻ സമുദ്രതീരത്ത് മുട്ടയിടാൻ എത്താറുണ്ട്. വിശാലമായ സമുദ്രതീരങ്ങൾ ഇതിന് അനുയോജ്യമായിരുന്നകാലം പക്ഷേ, ഇനിവ രാത്തവണ്ണം കഴിഞ്ഞുപോയി. ഒന്നുകിൽ അവ മനുഷ്യൻ കൈയടക്കി. അഥവാ എണ്ണചോർച്ച മൂലമുള്ള കടുത്ത മലിനീകരണം അവയെ നശിപ്പിച്ചു. ഇതെല്ലാം കടലാമകളുടെ എണ്ണം കുറയാൻ കാരണമായിട്ടുണ്ട്. കണ്ടൽക്കാടുകളുടെ നാശവും വൻ വിനയായി.

കടലാമകൾ മാത്രമല്ല സമുദ്രജീവികളായ സ്രാവുകളും കടൽപ്പശുവും കടലായനയും തിമിംഗലവുമെല്ലാം വംശനാശഭീഷണി നേരിടുന്ന കടലിലെ വൻമൃഗങ്ങളാണ്. ലോകത്താകെയുള്ള 120 സസ്തനികളിൽ 29 എണ്ണം ഇന്ത്യക്കു ചുറ്റുമുള്ള സമുദ്രങ്ങളിൽ ഉണ്ട്.

അറിയുമോ ഏറ്റവും വലിയ മത്സ്യം തിമിംഗല സ്രാവാണ്. ഏറ്റവും വലിയ സസ്തനി നീലത്തിമിംഗലവും. സ്പേംതിമിംഗലങ്ങൾ കടലിലെ ഏറ്റവും വലിയ മുങ്ങൽ വിദഗ്ധരും. 3000 അടിവരെ ഇവ കീഴോട്ടിറങ്ങും. ശ്വസിക്കാൻ ഇടയ്ക്കിടെ ജലോപരിതലത്തിൽ വരേണ്ട ഒരു ജീവിയാണിതെന്നോർക്കുക. നീലത്തിമിംഗലം 31 മീറ്റർവരെ വളരും. തിമിംഗലസ്രാവ് പതിനഞ്ചു മീറ്ററും.

വെള്ളസ്രാവ്

വെള്ളസ്രാവ് വലുപ്പത്തിൽ തിമിംഗലസ്രാവിന്റെ ഏതാണ്ട് പകുതി യോളമേ വരൂ. എന്നാൽ മനുഷ്യനെയും മറ്റു ജീവികളെയും ആക്രമിക്കുന്ന കാര്യത്തിൽ മുൻനിരയിൽ ആണ്. *ജോസ് (Jaws)* എന്ന വിഖ്യാത ഇംഗ്ലീഷ് ചലചിത്രത്തിൽ അവതരിപ്പിക്കുന്നത് ഇത്തരമൊന്നിനെയാണ്. ഒരുതരി സത്യത്തിൽ വേണ്ടതിലേറെ അസത്യങ്ങളും അതിശയോക്തികളും ചേർത്ത് കുഴച്ച് സിനിമാസ്വാദകർക്ക് ഇഷ്ടവിഭവമായി വിളമ്പുന്നു എന്നുമാത്രം. ജന്തുക്കൾ സിനിമയിൽ വരുമ്പോൾ എപ്പോഴും ഭീകരരൂപിയായിമാറുന്നു. തെക്കനമേരിക്കയിലെ പാവം അനക്കൊണ്ട അതേപേരിലുള്ള ചലചിത്രത്തിൽ വെള്ളത്തിലിറങ്ങുന്നവരെയെല്ലാം കടിച്ചുകീറുന്ന മഹാരാക്ഷസനാണ്. ഭീമൻ പല്ലി നായകനായിവരുന്ന *ഗൊഡ്‌സെല്ല* എന്ന ചിത്രവും ഈ മാതിരി മസാലതന്നെ വിളമ്പുന്നു. വന്യജീവി സ്നേഹത്തിൽ അധിഷ്ഠിതമല്ല ഇത്തരം ചിത്രങ്ങളൊന്നും.

മത്സ്യം, സീൽ, ചെറുതിമിംഗലങ്ങൾ, പക്ഷികൾ, കടൽസിംഹം തുടങ്ങിയ ഏതു ജന്തുവിനെയും വെള്ളസ്രാവുകൾ ആഹാരമാക്കും. മണി

ക്കുറിൽ 25 നാഴിക വേഗത്തിൽപ്പോലും ഇരയെ പിന്തുടരുന്നു. വായ് പൊളിച്ചാൽ കാണുന്ന കൂർത്തുമൂർത്ത വളഞ്ഞത്രികോണപ്പല്ലുകൾ എണ്ണത്തിൽ 3000 വരെ ഉണ്ടാകുമത്രെ. മീൻപിടിത്തക്കാർ ഇതിനെ വളരെ അപകടകാരിയായി കാണുന്നു. കടിച്ചാൽ ഈർച്ചവാൾകൊണ്ട് മുറിച്ച പോലെ ഉണ്ടാകും. അത്യധികം വികസിതമായ ഘ്രാണശക്തി സ്രാവു കൾക്ക് പൊതുവെയുള്ള സിദ്ധിവിശേഷമാണ്. ഇരയെ കടിച്ച് മുറി വേൽപ്പിച്ച് രക്തംവാർന്നു ചാവാൻ കാത്തുനിൽക്കുകയാണു ചെയ്യുക. അല്ലാതെ വിഴുങ്ങുകയൊന്നുമില്ല.

സൗത്ത് ആഫ്രിക്ക, നമീബിയ, കാലിഫോർണിയ, ഫ്ളോറിഡ, ആസ്ത്രേലിയ എന്നീ രാജ്യങ്ങൾ വെള്ളസ്രാവിന് നിയമംമൂലം പരി രക്ഷണം നൽകിയിരിക്കുന്നു.

മുതലകളും ചീങ്കണ്ണികളും

ജലജീവികളെക്കുറിച്ചുപറയുമ്പോൾ ചീങ്കണ്ണികളെക്കുറിച്ചും മുതല കളെക്കുറിച്ചും പറയാതിരിക്കുന്നതെങ്ങനെ? പൂർണ വന്യാവസ്ഥയിൽ കേരളത്തിലെ ആവാസങ്ങളിൽ അവ ഇല്ലെങ്കിലും കേരളത്തിനു വെളി യിൽ അവ എല്ലായ്പ്പോഴും ഉണ്ട്. ഏതാണ്ട് 20 കോടി വർഷങ്ങൾക്കു മുമ്പ് ആവിർഭവിച്ച് വെള്ളത്തിലും കരയിലും നിറഞ്ഞ ഈ ഇഴജീവി കൾ പുരാണകാലം തൊട്ടുതന്നെയുള്ള എത്രയോ കഥകളിൽ സ്ഥലം പിടിച്ചിട്ടുണ്ട്. മനുഷ്യരുമായി ഇണങ്ങിയും പിണങ്ങിയും ഈ ജീവികൾ കഴിഞ്ഞുകൂടിയ ഒരു സുവർണകാലത്തെ ഇത് ഓർമിപ്പിക്കുന്നു.

ദക്ഷിണ അമേരിക്കൻ മുതലകൾ, അലിഗേറ്ററുകൾ എന്നപേരിൽ അറിയപ്പെടുന്നു. ചൈനയിലും ഇവയുണ്ട്. കെയ്മനുകൾ മധ്യഅമേരി ക്കൻ മുതലകളാണ്. ഇന്ത്യയിൽ നദീമുഖ മുതലകളും ശുദ്ധജല (ചതുപ്പ്) മുതലകളും ഉണ്ട്. ഇവയ്ക്കുപുറമെ ഹിമാലയം വെള്ളം നൽകി അനുഗ്രഹിക്കുന്ന ഗംഗാ നദിപോലുള്ള തണ്ണീർത്തടങ്ങളിൽ അധിവസി ക്കുന്ന ഘാരിയലുകളും.

നദീമുഖമുതലകൾ (Crocodylus Porosus Schnieder) ഒറീസയി ലെയും സുന്ദരവനത്തിലെയും കണ്ടൽ മേഖലകളിൽ ജീവിക്കുന്നു. മഗ്ഗർ എന്നുവിളിക്കുന്ന ചതുപ്പുമുതലകൾ (C Paulustris) ഇന്ത്യയുടെ മിക്ക വാറും എല്ലാ ഭാഗത്തുമുണ്ട്. ഇന്ത്യൻ ഘാരിയലുകൾ (Gavidalis gangeticus) പൊതുവെ ആക്രമണകാരികളല്ല. ഒരുകാലത്ത് നമ്മുടെ തണ്ണീർത്തടങ്ങളിലെല്ലാം നിറഞ്ഞുനിന്നിരുന്ന മുതലകൾ മിക്കവാറും അപ്രത്യക്ഷമാവാൻ കാരണം നിഷ്ഠൂരമായ വേട്ടയാണ്. മുതലത്തോ ലിന് ലോകം മുഴുക്കെ അത്രവലിയ മാർക്കറ്റായിരുന്നു. ചതുപ്പുകളും കണ്ടൽക്കാടുകളും അപ്രത്യക്ഷമായതും അവയുടെ ജീവനാശം വേഗ ത്തിലാക്കി.

11

ജന്തു വൈദ്യന്മാർ

ചരിത്രരേഖകൾ അനുസരിച്ച് ലോകംകണ്ട ആദ്യത്തെ വൈദ്യൻ ഈജിപ്തുകാരുടെ ഇംഹൊതെപ് (2667–2648) ആണ്. പുരാതന ഇന്ത്യയും ആരോഗ്യസംരക്ഷണത്തിലും രോഗചികിത്സയിലും വിശാരദരായ അനേകം മഹാഋഷികൾക്കു ജന്മംനൽകി. എന്നാൽ ഇവർക്കുംമുമ്പ് ചികിത്സാവിദഗ്ധരായ മൃഗവൈദ്യന്മാർ ഉണ്ട്. ഒരു ചിംബൻസി, ഗൊറില്ല പിന്നെ ചെറുതും വലുതുമായ എത്രയോതരം ജന്തുക്കൾ.

മൃഗവൈദ്യന്മാരെ കാണാൻ കാട്ടിൽ പോകേണ്ടതില്ല. നമ്മുടെ ചുറ്റിലും അവരുണ്ട്. ശ്രദ്ധിക്കാഞ്ഞിട്ടാണ്. വീട്ടിലെ പൂച്ച ഇടയ്ക്ക് പച്ച പ്പുല്ല് കടിച്ചെടുത്ത് ചവച്ചുതിന്നുന്നതു കണ്ടിട്ടില്ലേ? വയറ്റിലെ ദഹനക്കേ ടിനോ മറ്റോ മരുന്നു കഴിക്കുകയാണവൾ. പുണ്ണൻപട്ടി വെണ്ണീറ്റിൽ കിടന്ന് ഉരുളും. കാട്ടിലും നാട്ടിലും പല ജന്തുക്കളും പുണ്ണുണക്കാൻ ഉമിനീർ ഉപയോഗിക്കാറുണ്ട്. പശു കിടാവിനെ നക്കുന്നത് വാത്സല്യം കൊണ്ടു മാത്രമാണെന്നാണോ വിചാരിച്ചത്?. അല്ല, കുഞ്ഞിന്റെ ഇളം മേനിയെ കീടപ്രാണികളിൽനിന്ന് സംരക്ഷിക്കുകയാണവൾ. രോഗകീട ങ്ങളിൽനിന്നുള്ള പ്രതിരോധത്തിന് വലിയ മൃഗങ്ങളെ പക്ഷികളും സഹാ യിക്കാറുണ്ടല്ലോ.

എന്നാൽ ചിമ്പൻസിയടക്കമുള്ള വാലില്ലാകുരങ്ങന്മാരുടെ രോഗ ചികിത്സാവിധികൾ ഇതിൽനിന്നെല്ലാം വ്യത്യസ്തമാണ്. മനുഷ്യരെപ്പോ ലെതന്നെ ഇവ ഔഷധച്ചെടികളെ ആശ്രയിക്കുന്നു. ഒന്നോ രണ്ടോതരം ഇലകളിലൊന്നും ഒതുങ്ങുന്നതല്ല ഇത്തരം പ്രതിവിധികൾ. പലതരം ചെടി കളുടെ പലതരം ഭാഗങ്ങൾ ഇവർ ഉപയോഗിക്കുന്നു. ആദിമനുഷ്യർ അവ രുടെ ചില ചികിത്സാരീതികൾ ഈ കുരങ്ങന്മാരിൽനിന്നും പഠിച്ചതല്ലേ എന്നുപോലും സംശയിക്കണം!

ഒട്ടുവളരെ വിദഗ്ധന്മാർ ഇതെല്ലാം വിശദമായി പഠിച്ചിട്ടുണ്ട്. മാഞ്ചസ്റ്റർ സർവകലാശാലയിൽ, ക്യോട്ടോ സർവകലാശാലയിൽ, ഹാർവാഡ് സർവകലാശാലയിൽ എല്ലാം ഇത്തരം പഠനങ്ങൾ നടന്നിട്ടുണ്ട്. കാട്ടിലും വന്യജീവിസംരക്ഷണ കേന്ദ്രങ്ങളിലും മാസങ്ങളോളം നടന്ന നിരീക്ഷണങ്ങൾക്ക് അനുപൂരകമായി ഇത്തരം പഠനങ്ങൾ നടന്നു. പ്രൊഫസർമാരായ റോസ്‌ലിഡേവീസ്, ഇയാൻസ്മിത്ത്, മേരിസ്റ്റാൻലിമെക്കൽ ഹോഫ്‌മാൻ എന്നീ വിദഗ്ധരെ ഇതുമായി ബന്ധപ്പെട്ട് ഇവിടെ ഓർക്കാം.

പാർക്കിൽ ചെന്നപ്പോൾ ഒരു ചിമ്പൻസി ഒരു പ്രത്യേകസ്ഥലം പരിശോധിക്കുന്നതു കണ്ടു. പിന്നെ അവൾ (അവൻ ?) കുറേ മണ്ണുവാരി തിന്നു. പിന്നീട് വേറെയും ചില നേരങ്ങളിൽ വേറെ ചില കുരങ്ങന്മാരും ഇതേപോലെ ചെയ്തു കണ്ടു. ഏതുതരം മണ്ണാണ് തിന്നുന്നത്? മണ്ണു തിന്നുന്നത് എപ്പോഴാണ്? അതല്ലേ രസം? മണ്ണുതിന്നുന്നതിനു തൊട്ടു മുമ്പ് എപ്പോഴും ഒരു പ്രത്യേകതരം ചെടിയുടെ ഇലപറിച്ച് ചവച്ചുതിന്നുന്നുണ്ട്. അത് മനുഷ്യന് അറിയുന്ന ചെടിയാണല്ലോ. ഒന്നാന്തരം വയറിളക്ക നിവാരിണി ട്രിച്ചിലീയ റൂബസൻസ്. പക്ഷേ, മനുഷ്യൻ ഇതിന്റെ ഇലകൾ മാത്രമായി ഉപയോഗിക്കാറില്ല. കഓലൈറ്റ് എന്നതരം കളിമണ്ണും കുറച്ച് ഉപയോഗിക്കും. കഓലൈറ്റ് പല വയറിളക്ക നിവാരണികളുടെയും ഘടകമാണ്. കുരങ്ങനും കൃത്യമായി അതാണു ചെയ്തത്. കളിമണ്ണും ഇലകളും ചേർത്ത് അത് വയറിളക്കത്തിനു മരുന്നാക്കുകയായിരുന്നു!

കഓലൈറ്റ് ഒറ്റയ്ക്കു ഉപയോഗിച്ചാൽ എന്താണ്? ഗവേഷകർ ട്രിച്ചിലിയയുടെ ഇലകൾ മാത്രം ഉപയോഗിച്ചു നോക്കി. ഇല്ല, ഒരു ഫലവുമില്ല. രണ്ടുംകൂടി ചേർത്താലെ ഉദ്ദിഷ്ട ഫലം ലഭ്യമാവുകയുള്ളൂ. ചിമ്പന് അതു നന്നായറിയാം. സഹജാവബോധം? അനുഭവങ്ങളും കൂടെയുണ്ടോ?

കൂടുതൽ അമ്പരപ്പിക്കുന്നതായിരുന്നു മൈക്കൽഹൊഫ്‌മാന്റെ അനുഭവങ്ങൾ. ടാൻസാനിയയിലെ ഇടതൂർന്ന വർഷവനങ്ങളിൽ ചിലയിടത്തായിരുന്നു പഠനം. ഒരു ദിവസം ഒരു ചിമ്പൻ ഒരു മരത്തിന്റെ തോല് അടർത്തിയെടുത്ത് ചവച്ചു തിന്നുന്നതു കണ്ടു. സാധാരണ കുരങ്ങന്മാർ ഒഴിവാക്കുന്നതാണല്ലോ ഈ വൃക്ഷം. ഇവന് എന്തുപറ്റി? എത്രയും വൃത്തികെട്ട ഒരു മണവും അരുചിയും ഉണ്ടതിന്. പ്രൊഫസർ മരത്തോൽ അടർത്തി വായിലിട്ടു ചവച്ചു. ഓക്കാനം വന്നു. ചിമ്പാൻസി ഓടിപ്പോയി. പിന്നാലെ ഹോഫ്‌മാനും പോയി. അത് ഒരിടത്ത് കുന്തിച്ചിരുന്നു വയറൊഴിക്കുന്നു. സുഖശോധന! അത് മലബന്ധത്തിനുള്ള മരുന്നായിരുന്നു!

കുരങ്ങന്മാർ ഉപയോഗിക്കുന്ന മിക്കവാറും എല്ലാ മരുന്നുകളെക്കുറിച്ചും വിശദമായി പഠിച്ചയാളാണ് ഈ ഹോഫ്‌മാൻ. സമാന്തരമായി ആ നാട്ടിലെ മനുഷ്യരുടെ നാടൻ ചികിത്സാ രീതികളും പഠിച്ചിട്ടുണ്ട്. മനുഷ്യർ വളർത്തിക്കൊണ്ടുവന്ന ചികിത്സാരീതികളുടെ പരിണാമത്തിൽ ജന്തു വൈദ്യത്തിന്റെ പങ്കെന്ത്? ഇക്കാര്യം അദ്ദേഹം അന്വേഷിക്കുകയാണ്.

ചിമ്പൻസി, ഗറില്ല, ബൊണൊബൊാസ് തുടങ്ങിയ കുരങ്ങുവർഗങ്ങൾ

മുപ്പത്തിനാലുതരം ഇലകൾ സ്വയം ചികിത്സയ്ക്കായി ഉപയോഗിക്കുന്നു ണ്ടെന്ന് ഹോഫ്മാൻ മനസിലാക്കിയിട്ടുണ്ട്. അസുഖമുള്ള സമയത്തെ ഇത് ഉപയോഗിക്കാറുള്ളൂ. വെറുംവയറ്റിലേ ഉപയോഗിക്കാറുള്ളൂ. ഇതിൽ പകുതിയെണ്ണം ഔഷധമായി മനുഷ്യൻ ഉപയോഗിക്കുന്നുണ്ട്. ഒരിക്കൽ ചിമ്പൻസിക്കാഷ്ഠത്തിൽ ഇത്തരം ചില മരുന്നിലകളുടെ അവശിഷ്ടം കണ്ട് നോക്കി. അപ്പോൾ വിസർജിച്ച അതിനകത്ത് ജീവനോടെ കുറേ പരാദവിരകൾ ഉണ്ടായിരുന്നു. വിരയിളക്കാനുള്ള മരുന്നായിരുന്നു അത്! ഒരു ജാതി രോമങ്ങളോടുകൂടിയ ഇലകളാണ് മരുന്നായി വിഴുങ്ങിയത്. അതെ, ചവച്ചിറക്കുന്നതിനുപകരം ചുരുട്ടിക്കൂട്ടി വിഴുങ്ങുകയായിരുന്നു. വിരകൾ രോമരാജികൾക്കിടയിൽ ജീവനോടെ കുടുങ്ങിക്കിടക്കുന്ന കാഴ്ച യാണ് ഹോഫ്മാൻ കണ്ടത്. വയറിളക്കി വിരകളയാനുള്ള ഒന്നാന്തരം ഒരുകുരങ്ങുവിദ്യ!

ഔഷധച്ചെടികളെ പോലെതന്നെ ഔഷധം ചുരത്തുന്ന ജന്തുക്കളു മുണ്ട്. സർപ്പവിഷം ഏറെ അമൂല്യമായ ഔഷധമാണെന്നറിയാമല്ലോ? വൈദ്യശാസ്ത്രലോകം അതിനു പുത്തൻ ആവശ്യങ്ങൾ കണ്ടെത്തുക യാണ്. തേൾവിഷം ഉൽപ്പാദിപ്പിക്കുന്നതിന് തേൾഫാമുകൾ കുടിൽവ്യവ സായംപോലെ നടത്തുന്ന രാജ്യമാണ് ക്യൂബയെന്ന് കേട്ടിട്ടുണ്ടാവും. ഇപ്പോൾ ചികിത്സയില്ലാത്ത പല മാരകരോഗങ്ങൾക്കും ചിലന്തിവിഷം പ്രതിവിധിയാണ്. ഉദാഹരണമായി ബ്രസീലിലെ ഒരുതരം ചിലന്തി കുത്തി യാൽ രക്തസമ്മർദം ഉയരും. രക്തസമ്മർദം കുറഞ്ഞാൽ അതിന് ഇപ്പോൾ ഫലപ്രദമായ ചികിത്സയൊന്നും നൽകാനില്ല. ഈ ചിലന്തി യുടെ വിഷം രക്തസമ്മർദം കുറയുന്നതു തടയാൻ ഉപയോഗിക്കാൻ കഴിയുമെന്നു കരുതുന്നു. വാജീകരണ ഔഷധമായി ഉപയോഗിക്കാൻ

പറ്റുന്നതരം ചില ന്തിവിഷവും ഉണ്ട്. പുരുഷവന്ധ്യ തയ്ക്ക് ഇതൊരു പരിഹാരമാകു മെന്നു പ്രതീക്ഷി ക്കുന്നു.

പാമ്പായാലും തേളായാലും ചില ന്തിയായാലും വിഷം ഉപയോഗി ക്കുന്നത് ഒരു പ്രതി

കൊമൊഡോ വ്യാളി

രോധ സംവിധാനം എന്ന നിലയിലാണ്. സ്വരക്ഷയ്ക്കായി ബാക്ടീരിയക ളേയും ഫംഗസുകളേയും വളർത്തുന്ന ജന്തുക്കളുമുണ്ട്. ഈ സൂക്ഷ്മ ജീവികൾ ഉൽപ്പാദിപ്പിക്കുന്നതൊ ഗുണമേന്മ കൂടിയ ഒന്നാന്തരം ആന്റി ബയോട്ടിക്കുകളും. ഒരുതരം വേട്ടാളിയനിൽനിന്ന് ഇത്തരം ഏഴോളം

ആന്റിബയോട്ടിക്കുകളാണ് വേർതിരിച്ചെടുത്തത്. ഇതെല്ലാം രോഗ ങ്ങൾക്കെതിരെ ഏറ്റവും വലിയ ആയുധമാകാൻ പോകുന്നു.

ഇത്തരം ആന്റിബയോട്ടിക്കുകളുടെ സുവർണഖനിതന്നെയാണ് ഒരു ജീവിയുടെ വക്ത്രം എന്നു കേട്ടാൽ ആരെങ്കിലും വിശ്വസിക്കുമോ? പക്ഷേ, ശരിയാണ്. കൊമോഡൊ വ്യാളി (Comodo Dragon) എന്നു കേട്ടിട്ടു ണ്ടോ? തീ തുപ്പുന്ന വ്യാളി ഭീകരന്മാർ കഥകളിലേയുള്ളൂ. ആ പേര് ഈ കൊമോഡൊയ്ക്കു നൽകാൻ കാരണമുണ്ട്. കൊമോഡൊയുടെ ഉമിനീരു നിറയെ വിഷമാണ്. ആ വിഷത്തിനു കാരണമൊ അതിൽ സുഖ മായി താമസിക്കുന്ന സൂക്ഷ്മജീവിലോകവും. ഈ സൂക്ഷ്മജീവികളിൽ ചിലതുമൂലം നിങ്ങൾക്കു പിന്നീട് ചില അസുഖങ്ങൾ ബാധിച്ചെന്നുവരും. കടിയേറ്റാൽ വിഷബാധയുണ്ടാകും എന്നുപറയുന്നത് സത്യത്തിൽ ഈ അർഥത്തിലാണ്.

കൊമോഡൊ വ്യാളി (Komodo monitor lizard) ഇന്തോനേഷ്യ യിലെ ബാലിക്കടുത്ത് കൊമോഡയടക്കം ഏഴോളം ചെറു ദ്വീപുകളിൽ വസിക്കുന്നു. Varanus Komodoensis എന്ന ശാസ്ത്രനാമം. 8–10 അടി നീളം. 80–90 കിലോ തൂക്കം. കടിച്ചാൽ മുറിവ് ആപൽക്കരമായി മാറാം.

പാമ്പിനെപ്പോലെ വിഷപ്പല്ലുകളില്ല. അതേസമയം ഉമിനീരിൽ പല തരം ബാക്ടീരിയകൾ വളരുന്നു. 58തരം ബാക്ടീരിയകളെ ഇതുവരെ കണ്ടെത്തിയിട്ടുണ്ട്. വിഷമല്ല, മുറിവിലൂടെ കടക്കുന്ന അണുക്കളാണ് പിന്നീട് മരണകാരണമാകുന്നത്. കടിയേറ്റാൽ മരണം നിശ്ചയമാണത്രെ. കാട്ടുമൃഗങ്ങളുടെ പിന്നാലെചെന്ന് ചാടിവീണ് ശരീരത്തിൽ പല്ലുകൾ താഴ്ത്തും. രക്തം വളരെ ഇഷ്ടമാണ്. ഇത്തരം ഇരകൾ പിന്നീടു ചത്തു വീണാൽ ജീർണിക്കുന്ന ഇറച്ചി സ്വാദോടെ തിന്നും. അത്ഭുതകഥകളിലെ നായകനാവാൻ ഇതിൽപ്പരം എന്തുവേണം?

ഉമിനീരിൽ 58തരം ബാക്ടീരിയകൾ ഉണ്ടെന്നു പറഞ്ഞില്ലേ? ഉമി നീരും പല്ലുകൾക്കിടയിലെ ആഹാരാവശിഷ്ടങ്ങളും ചോരയും എല്ലാം ചേർന്ന് ബാക്ടീരിയകൾക്കു വളരാൻ ഒന്നാന്തരമൊരു കൾച്ചർ മീഡിയ മായി മാറും. എന്നാൽ ഇക്കൂട്ടത്തിലെ മാരക ഇനങ്ങളുടെ വിഷം അതിന് ഏൽക്കുകയില്ല. അതിനു തക്കവണ്ണമുള്ള പ്രതിരോധസംവിധാനം ആന്റി ബയോട്ടിക്ക് ഉൽപ്പാദിപ്പിക്കുന്ന പലതരം ബാക്ടീരിയകളുടെ സാന്നിധ്യം എന്നിവ സംരക്ഷണം നൽകുന്നു. ഇത്തരം സംവിധാനങ്ങളെക്കുറിച്ച് കൂടുതൽ അറിഞ്ഞ് പ്രയോജനപ്പെടുത്താനാണ് ചികിത്സാശാസ്ത്രം ശ്രമിച്ചുകൊണ്ടിരിക്കുന്നത്.

കൊമോഡൊ മോണിറ്റർ പല്ലികൾ പക്ഷേ, കടുത്ത ഭീഷണിയിലാ ണ്. ഇന്തോനേഷ്യൻ ദ്വീപുകളിൽ മാത്രം ഒതുങ്ങി ഏതാനും അംഗങ്ങൾ മാത്രമേ ഇപ്പോൾ ബാക്കിയുള്ളൂ.

കടൽ ഒരു ഔഷധഖനി

കരയിൽ ഉള്ളതിന്റെ ആയിരമിരട്ടി മരുന്നുകൾ കടലിലുണ്ട്. എല്ലാം

കടൽജീവികളിൽനിന്നു കിട്ടുന്നു. കടൽപ്പായൽ മരുന്നാണ്. പവിഴപ്പുറ്റു കൾ മരുന്നാണ്. കടലിലെ പല ചെറുജീവികളും മരുന്നാണ്. നമ്മുടെ ഗ്രഹത്തിന്റെ ഏതാണ്ട് എൺപതു ശതമാനവും കടലാണെന്ന് ഓർക്കുക. കടൽ ഏറ്റവും വലിയ ഔഷധ സ്രോതസാണെന്നു പറയുന്നതിൽ അത്ഭുതമുണ്ടോ? മരുന്നുകൾക്കുപുറമെ വ്യാവസായിക പ്രാധാന്യമുള്ള പല ഉൽപ്പന്നങ്ങളുടെയും ഉറവിടം കടൽജീവികളാണ്.

സമരവും പോരാട്ടവും യുദ്ധവുമൊക്കെ ജീവികൾക്കിടയിലുമുണ്ട്. പല ജന്തുക്കളും ഇതിന് ഉപയോഗപ്പെടുത്തുന്നത് രാസായുധങ്ങളത്രെ. രാസാഗ്നികളാണ് (എൻസൈംസ്) ഈ രാസായുധങ്ങൾ. ഇതേ രാസാ യുധങ്ങളെ മനുഷ്യൻ സൂത്രത്തിൽ ചൂഷണം ചെയ്ത് മരുന്നുകളായും മറ്റും ഉപയോഗപ്പെടുത്തുന്നു. ക്യാൻസറിനെതിരെയുള്ള പലീടോക്സിൻ കിട്ടുന്നത് പാലിതോവടോക്സിക്ക എന്ന പവിഴപ്പുറ്റിൽനിന്നാണ്. വൈറസ് രോഗങ്ങൾക്കെതിരെ സ്പോഞ്ചുകളെ ഉപയോഗപ്പെടുത്താൻ കഴിയും. സ്യൂഡോറ്റെറൊ ഗോർജിയ എന്ന സ്പോഞ്ചിൽനിന്ന് വീക്ക ചികിത്സയ്ക്കുള്ള മരുന്നിറക്കിയിട്ടുണ്ട്. മലമ്പനിക്കെതിരെ പ്രിയനൊസ് സ്പോഞ്ചിനെ ഉപയോഗിക്കാമത്രെ. കാട്ടിൽ മാത്രമല്ല കടലിലും മലേറി യയ്ക്ക് മരുന്നുണ്ടെന്നർഥം. സിഖ്മോസെ പ്റ്ററെല്ലയെ ക്ഷയരോഗത്തി നെതിരെയും ഉപയോഗിക്കാം. ക്ഷയരോഗാണുക്കൾ ഔഷധപ്രതിരോധ ശേഷി നേടിയെടുക്കുന്ന കാലമാണെന്നോർക്കണം. പഴയത് പരാജയ പ്പെടുമ്പോൾ പുതിയവ എന്തായാലും വേണ്ടിവരും. ഇതിന് കടലിലെ അതിസമ്പന്നമായ ജീവിലോകം സുരക്ഷിതമായിരിക്കേണ്ടതുണ്ട്.

കടലിലെ വർഷവനങ്ങൾ എന്ന് പവിഴപ്പുറ്റുകളെ വിളിക്കാറുണ്ട്. ആമസോൺ വനംപോലെ തന്നെ സമൃദ്ധമാണ് പവിഴപ്പുറ്റുകൾക്കിട യിലെ ജൈവവൈവിധ്യവും. അതിനകത്ത് എല്ലാം ഉണ്ട്. കോറൽ പ്രാണികളുടെ ബാഹ്യാസ്ഥികൂടം ഏറ്റവുമേറെ ഉപയോഗപ്പെടാൻ പോകു ന്നത് അസ്ഥിചികിത്സയിലാണ്. കാത്സ്യം കാർബണേറ്റ് ആണല്ലോ ഈ ബാഹ്യാസ്ഥികൂടം. എല്ലുപൊട്ടി ആസ്പത്രിയിൽ ചെന്നാൽ നാളെ ഈ സാധനം നിങ്ങളുടെ രക്ഷയ്ക്കെത്തും. എല്ലുകളിൽ ഫ്രാക്ചർ വീണാൽ ഉള്ള് കോറൽ അസ്ഥിപ്പൊടികൊണ്ട് നിറയ്ക്കാം. ഇതിനോളം പറ്റിയ വേറൊരു സാധനം ഇനി കണ്ടെത്താനിരിക്കുന്നതേയുള്ളൂ എന്ന് വിദ ഗ്ധർ പറയുന്നു.

അറിയുമോ നമ്മുടെ പഴുതാരയും തേരട്ടയും കൂറയും പാറ്റയും തേളുമെല്ലാം കടലിലുമുണ്ട്. എന്തിനേറെ പറയണം, നിങ്ങൾക്ക് ഏറെ പ്രിയങ്കരമായ കൊഞ്ചും ചെമ്മീനും ഞണ്ടും ഇവയുടെ ഉറ്റബന്ധുക്കൾ തന്നെയല്ലെ? പുറന്തോടുള്ള ഈ ചെറുജന്തുക്കൾ Crustaceans എന്നപേരിൽ അറിയപ്പെടുന്നു. വൈദ്യശാസ്ത്രം ഇക്കൂട്ടരെ എങ്ങനെ പ്രയോജനപ്പെടുത്തുന്നു എന്നറിയാമൊ? ചിലതരം ബാക്ടീരിയകൾ (ഗ്രാം നെഗറ്റീവ്) ചില മാരകവിഷങ്ങൾ ഉൽപ്രദിപ്പിക്കാറുണ്ട്. ഇതുമൂലം കൊടും വിഷബാധയുണ്ടാകും. രക്തസ്രാവം ഉണ്ടാകും. പക്ഷാഘാതം

പോലും തുടർന്നു സംഭവിക്കാം. ഹോർസ്ഷൂക്രാബിന്റെ (കുതിരലാട ഞണ്ടിന്റെ) രക്തം ഉപയോഗിച്ച് ഇത്തരം വിഷങ്ങൾ എളുപ്പം കണ്ടെ ത്താം. ഇത്തരം പരിശോധനകൾ (Limulus Amoebocyte Test) ഇപ്പോൾ നടപ്പുണ്ട്. മൊളസ്ക്കുകളെ ഔഷധമായി പ്രയോജനപ്പെടുത്തുന്ന രീതി പണ്ടുപണ്ടേയുണ്ട്. വയൽ ഒച്ചുകളെ വേവിച്ചുതിന്ന് മൂലക്കുരുവിന് ശമനം തേടാറില്ലേ? അഞ്ഞൂറിലേറെ ഒച്ചു ജാതികൾ ഉണ്ട്. ഈ ചെറു ജീവികൾ ഇരയിൽ കുത്തിവെക്കുന്ന വിഷം ഔഷധക്കലവറ തന്നെയാ ണ്. ഇതിൽ നിന്നുണ്ടാകുന്ന സിക്കോട്ടാനൈഡ് എന്ന ഔഷധം വേദ നാസംഹാരി എന്ന നിലയിൽ മോർഫീനേക്കാൾ പ്രയോജനം ചെയ്യുന്നു.

ബ്രയൊസോവകളെ അറിയുമൊ? കോളണിയായി താമസിക്കും. തോണിയുടെ അടിയിലും മറ്റും 'മൊരി'യായി പറ്റിപ്പിടിക്കും. 4300ൽപ്പരം ജാതികൾ ഉണ്ട്. ഇതിൽ ഒരെണ്ണം പെട്ടെന്നൊരു ദിവസം പേരു കേൾപ്പി ച്ചു. ബുഗുല എന്നു പേര്. കാലിഫോർണിയയിലാണ് നാട്. വഞ്ചികളിലും ബോട്ടുകളിലും പറ്റിപ്പിടിച്ച് വളരും. ത്വക്കിനെയും വൃക്കകളെയും ബാധി ക്കുന്ന അർബുദ വളർച്ചകൾക്ക് ഇത് പ്രതിവിധിയാണ്. ജന്തുശാസ്ത്ര വിദ്യാർഥികൾക്ക് ഫ്ളുസ്ട്ര (Flustra) എന്ന പേർ ഏറെ പരിചിതമല്ലേ? നിരവധി വൈറസ് രോഗങ്ങൾക്ക് ഇതിൽനിന്നുള്ള മരുന്നുകൾ പ്രതിവി ധിയാകും. രണ്ടു വൻ മരുന്നു കമ്പനികൾ ഇപ്പോൾ സമുദ്രജീവികളിൽ മാത്രം കേന്ദ്രീകരിക്കാൻ പ്രത്യേക വിഭാഗങ്ങൾ തുടങ്ങിയിട്ടുണ്ട്. ചികി ത്സയേ ഇല്ലാത്ത സോറിയാസിസിന് (Psoriasis - ഭീകരമായ ആ ചൊറി

കൈകാലുകളും ശരീരവും ചൊറിഞ്ഞു ചുവന്നു തിണർ ക്കും.) ലുഫ് ഫെറില്ലയെന്ന സ്പോഞ്ചിൽനിന്നുണ്ടാവാൻ പോകുന്നു. മരുന്നില്ലാത്ത രോഗങ്ങൾക്കെല്ലാം, എയ്ഡ് സിനടക്കം, പ്രതിവിധി ആഴി ക്കടിയിലുണ്ടെന്ന് ഉറപ്പായി പറയുന്നവരുണ്ട്. അതുകൊ ണ്ട് മാലിന്യമൊഴുക്കിയും അമിതചൂഷണം നടത്തിയും കടലിനെ നശിപ്പിക്കരുതേ! ഭാവിയിലെ ഭക്ഷ്യപ്രതിസ ന്ധിക്ക് മറുമരുന്ന് കടലിലെ പായലുകളാണ്. എല്ലാം നില നിൽക്കേണ്ടത് നമുക്കുവേ ണ്ടിത്തന്നെ!

കടൽപ്പുല്ല്

കടൽക്കരയിൽ ചെന്നുനിന്ന് വെള്ളത്തിലോട്ടു നോക്കിയാൽ നല്ല സ്ഫടിക സമാനമായ ജലം. പക്ഷേ, അതിൽ എത്രയൊ പ്ലവസസ്യങ്ങൾ അദൃശ്യരൂപികളായുണ്ട്. കടൽ സമ്പത്തിന്റെ ആദ്യകണ്ണി ഈ ചെറുചെറു സൗരോർജ സെല്ലുകളത്രെ. വെള്ളത്തിൽ മറഞ്ഞിരുന്ന് ഇവ സൂര്യവെളിച്ചത്തെ അളവില്ലാത്ത ഭക്ഷ്യസമ്പത്താക്കി മാറ്റുന്നു. ഈ സൂക്ഷ്മജീവികൾക്കുപുറമെ ഭക്ഷ്യോൽപ്പാദകരുടെ മറ്റൊരു വലിയ ലോകവും കടലിലുണ്ട്. കടൽപ്പുല്ലുകൾ (Sea-Weeds) എന്ന പേരാണിതിന്. പോഷകസമ്പന്നമായ ഭക്ഷണവും മരുന്നുകളും വളങ്ങളും കാലിത്തീറ്റയുമെല്ലാം ഈ കടൽ കളകളിൽനിന്ന് ഉണ്ടാക്കാം. ആകെ 7000 ഓളം സ്പീഷിസ്. എല്ലാം ആൽഗെ വിഭാഗത്തിൽപ്പെട്ട സസ്യങ്ങൾ. ലോകത്തിന്റെ നാനാഭാഗങ്ങളിലായി ഇപ്പോൾ 160 ജാതികളെ മാത്രം ഭക്ഷണാവശ്യങ്ങൾക്ക് ഉപയോഗിക്കുന്നു. അതുകൊണ്ടാണ് പറയുന്നത് കടൽപ്പായലുകൾ ഉള്ളിടത്തോളംകാലം മനുഷ്യനും അവന്റെ വളർത്തു മൃഗങ്ങൾക്കും ഭക്ഷണത്തിനു മുട്ടുവരില്ല.

കൂട്ടത്തിൽ ചോദിക്കട്ടെ, ഏറ്റവും വലുപ്പമുള്ള കടൽപ്പുല്ല് ഏതാണെന്നറിയാമൊ? കെൽപുകൾ (Kels) ആണ്. തവിട്ടുനിറമാണവയ്ക്ക്. മുപ്പതു മീറ്റർവരെ നീളമുണ്ടാകും. പരന്നു ഇലകൾപോലുള്ള ചെറുഭാഗങ്ങളു മൊക്കെയായി വായുസഞ്ചികൾ ഉപയോഗിച്ച് അങ്ങനെ പൊങ്ങി ക്കിടക്കും.

ചൈനയിലും ജപ്പാനിലും മറ്റനേകം ചെറുരാജ്യങ്ങളിലും കടൽപ്പു ല്ലുകൾ ഒരു വിഭാഗം ജനതയുടെ പ്രിയപ്പെട്ട ഭക്ഷണമാണ്. ക്ഷാമകാല ങ്ങൾ ആവർത്തിച്ചുവന്നപ്പോൾ പണ്ടുതൊട്ടേ ഇവർ കടൽപ്പായലുകളെ ആശ്രയിക്കുകയായിരുന്നു. ആധുനികകാല മനുഷ്യന് ഇതിൽനിന്ന് വില പ്പെട്ട ചില പാഠങ്ങൾ പഠിക്കാനുണ്ട്.

12

ജന്തുക്കളെ അനുകരിച്ച് സയൻസും ടെക്നോളജിയും

ചൈനക്കാർ കടലാസു കണ്ടുപിടിച്ചതിനെക്കുറിച്ച് വിശ്വസനീയ മായ ഒരു കഥയുണ്ട്. ജോലിനഷ്ടപ്പെട്ട ഒരു ചെറുപ്പക്കാരൻ ഇനി എങ്ങനെ ജീവിക്കും എന്ന വേവലാതിയുമായി നടക്കുകയായിരുന്നു. വഴി വക്കിൽ ഒരു വേട്ടാളിയൻ അരളിമരം തുരന്ന് അതിന്റെ വെളുത്തു മൃദു വായ കാമ്പെടുത്തു കൊണ്ടുപോയി കൂടൊരുക്കുന്നത് ശ്രദ്ധയിൽപ്പെട്ടു. സംഗതി കൊള്ളാമല്ലോ. പരത്തി എഴുത്തുപലകയാക്കിയാൽ എഴുതാൻ ഉപയോഗിക്കാം എന്നു തോന്നി. വേഗം ചെന്നു മരം വെട്ടി കാമ്പെടുത്തു പരത്തി എഴുത്തുപലകയുണ്ടാക്കി കൊട്ടാരത്തിൽ ചക്രവർത്തിയെ മുഖം കാണിച്ചു. രാജാധിരാജന് ബഹുസന്തോഷം. വെളുത്ത പലകയിൽ കായതമെഴുതി. ബഹുകേമം എന്നു തലകുലുക്കി. ചെറുപ്പക്കാരൻ ആ തൊഴിലിൽ മിടുക്കനായി. എഴുത്തുപലക നേർത്തുനേർത്ത് കടലാസാ യി. അരളിത്തടി ഏറെക്കാലം കടലാസിനുള്ള അസംസ്കൃത വസ്തു വായി നിലനിന്നു എന്നുള്ളത് ചരിത്രം.

മനുഷ്യൻ പ്രകൃതിയെ അനുകരിക്കുന്നു എന്ന് ആരും പറയാതെ എല്ലാവർക്കും അറിയാം. കലയും സാഹിത്യവും ചിത്രമെഴുത്തും ശാസ്ത്രവുമെല്ലാം പ്രകൃതിയിൽനിന്ന് പ്രചോദനം ഉൾക്കൊള്ളുന്നു. ചില ന്തിയെ അനുകരിച്ച് വസ്ത്രം നെയ്യാം. ഉരുക്കിനോളം ഉറപ്പുള്ള പുത്തൻ നൂലുകളും ഉണ്ടാക്കാം. ചാഞ്ഞുംചരിഞ്ഞും ഉയർന്നും താണും ശരവേഗ ത്തിൽ കുത്തനെ താഴോട്ടു വീണും അതേ വേഗതയിൽ പൊങ്ങിയും തുമ്പികൾ പറക്കുന്നത് ശ്രദ്ധിച്ചിട്ടില്ലേ? ഇതുതന്നെയാവില്ലേ ഏയറോ ഡൈനാമിക്സിനു പ്രചോദനം? പ്രകൃതിയിൽനിന്ന് പ്രചോദനംകൊണ്ട് ബയോണിക്സും ബയോ എഞ്ചിനീയറിങ്ങും ഇരുത്തം വന്ന ശാസ്ത്ര ശാഖകളായി മാറിക്കഴിഞ്ഞു.

ഉറുമ്പ്

ജന്തുലോകത്തിൽ ഏറ്റവും ശീഘ്രഗതിയിൽ തുറന്നടയുന്ന വക്രം ചില കുഞ്ഞനുറുമ്പുകൾക്കാണുള്ളത്. കെണിയൻവായയുള്ള ഉറുമ്പിന്റെ trap-Jawant-odon-tomachus baur - വായടയും വേഗം മണിക്കൂറിൽ 78 നാഴികയ്ക്കും 145 നാഴികയ്ക്കുമിടയിൽ. മാന്റിസ് കൊഞ്ച് എന്ന ജല ജീവിയുടെ റെക്കോർഡ് ഇതോടെ തകർന്നു. വെറും 0.13 സെക്കന്റുകൊണ്ട് വായ് തുറന്നടയും.

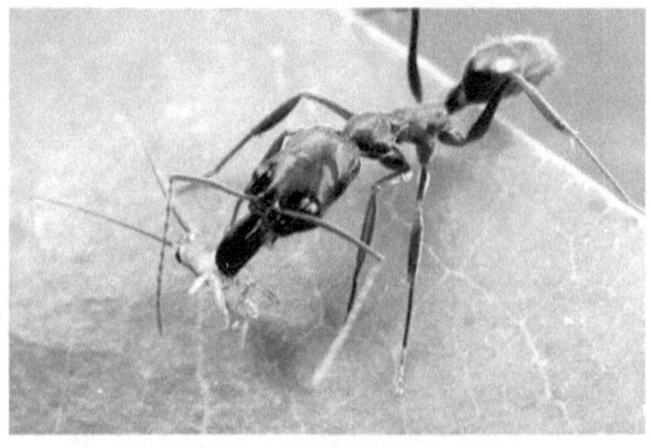
കെണിയൻവായയുള്ള ഉറുമ്പ്

കുഞ്ഞുറുമ്പിന്റെ വക്രം ഇതിലും വേഗതയിൽ തുറന്നടഞ്ഞാൽത്തന്നെ നമുക്കെന്താണ്? അതുപറയാൻ വേണ്ടിത്തന്നെയാണ് ഇത്രയും എഴുതിയത്. ഈ രീതിയിൽ ഒരുപകരണം ഉണ്ടാക്കിയാൽ എഞ്ചിനീയറിങ്ങിൽ വളരെയധികം ഉപയോഗം ഉണ്ടാകുമത്രേ. റൊബോട്ടു ശാസ്ത്രത്തിലാണ് അത് ആദ്യം പ്രയോജനം ചെയ്യാൻ പോകുന്നത്.

ഒഡൊണ്ടൊമാക്കസ് ഉറുമ്പുകൾ മധ്യ–ദക്ഷിണ അമേരിക്കയിലാണ് ഉള്ളത്.

ഗൗളി ഉത്തരം താങ്ങുന്നതിനെക്കുറിച്ച് നാം തമാശ പറയാറില്ലേ. സഹജീവികളെ പരിഹസിക്കാനാണ് പറയുന്നതെങ്കിലും ഉത്തരം താങ്ങലിന്റെ ഫിസിക്സ് ഇപ്പോൾ ശാസ്ത്രത്തിന്റെ കൈകളിലായിട്ടുണ്ട്. ഇലക്ട്രോൺ മൈക്രോസ്കോപ്പിലൂടെ നോക്കുമ്പോൾ പാദങ്ങളിൽ അനേകം കുന്നുകളും കുഴികളും കാണാം. ഇതിലെല്ലാം അതിസൂക്ഷ്മ രോമരാജികളും പ്രതലത്തോട് ഒട്ടിച്ചേരാൻ ഈ സംവിധാനം സഹായിക്കുന്നു. നാനോ ടെക്നോളജി ഇതിനെ അനുകരിച്ച് പലതരം പാഡുകൾ നിർമിച്ചു കഴിഞ്ഞു. ഇതിലൊന്ന് ഇപ്പോൾ ശരീരത്തിനകത്ത് ഹൃദയത്തിലും ശ്വാസകോശത്തിലും വയറിനകത്തും മറ്റും ബാൻഡേജ് ഇടാനാണത്രേ ഉപയോഗിക്കാൻ പോകുന്നത്.

കടൽവെള്ളരിക്ക എന്ന ജന്തുവിന്റെ തൊലിക്ക് ഒരു പ്രത്യേകതയുണ്ട്. പെട്ടെന്ന് വടിപോലെയാവും. അതേ സ്പീഡിൽ അയയുകയും ചെയ്യും. ചർമത്തിന്റെ ഈ അസാധാരണ ഘടനയെക്കുറിച്ച് ശാസ്ത്രം മനസിലാക്കി കഴിഞ്ഞു. അതിന്റെ അടിസ്ഥാനത്തിൽ ചെറുതരം ഇലക്ട്രോഡുകൾ ഉണ്ടാക്കാം. മസ്തിഷ്ക സിഗ്നലുകൾ കൃത്യമായി പിടിച്ചെടുക്കാൻ ഇത്തരം മൈക്രോ ഇലക്ട്രോഡുകൾ ഉപയോഗപ്പെടുത്താം.

കടൽജീവിയായ ട്യൂണിക്കേറ്റിൽനിന്ന് നാനോ വലുപ്പമുള്ള നാരുകൾ വേർതിരിച്ചെടുത്തു. ഈ നാരുകൊണ്ടുണ്ടാക്കിയ നൂലുകളെ റബ്ബർ

പോലുള്ള ഒരു മിശ്രിതവുമായി ചേർത്ത് വലക്കണ്ണികൾ പോലെയാക്കി. പിന്നെ ഒരു പ്രത്യേക രാസലായനിയിൽ മുക്കി സ്വഭാവം പെട്ടെന്ന് മാറ്റാൻ കഴിയുന്ന തരം നൂലുകളാക്കിയെടുത്തു. ബലംവെക്കുകയും അതേ വേഗതയിൽ അയയുകയും ചെയ്യുന്ന ഇത്തരം നാരുകൾ നിർമാണ വ്യവസായത്തിൽ വൻ സാധ്യതകൾ തുറന്നിരിക്കുന്നു.

ആധുനികകാലത്തെ ഏറ്റവും വലിയ കണ്ടുപിടുത്തങ്ങളിൽ ഒന്നാ ണ് റഡാർ. കേൾക്കാനാകാത്ത സ്വന്തം ശബ്ദത്തിന്റെ പ്രതിധ്വനിയിൽ നിന്ന് ദിക്കും ദിശയും കണ്ടെത്തുന്ന ജീവികളാണ് വവ്വാലുകൾ. ലസാ രോ സ്പല്ലൻസാനി എന്ന ജീവശാസ്ത്രജ്ഞൻ ഇതു പരീക്ഷിച്ചറിഞ്ഞു. പിന്നീടുവന്ന ഭൗതികശാസ്ത്രജ്ഞർ ഇതിന്റെ ഫിസിക്സ് അറിഞ്ഞ് പ്രതിധ്വനി സ്ഥാനനിർണയം റഡാറിലൂടെ യാഥാർഥ്യമാക്കി. ഡോൾ ഫിനുകളുടെ സോനാർ വിദ്യകളും ആധുനിക ഉപകരണങ്ങൾക്കു പ്രചോദനമായി.

ഇന്ത്യാസമുദ്രത്തിനടിയിലെ അഗ്നിപർവമേഖലകളിൽ ഒരിടത്ത് ഈ നൂറ്റാണ്ടിന്റെ ആരംഭത്തിൽ ഗവേഷകർ ഒരു പുതിയതരം ഒച്ചിനെ കണ്ടെ ത്തി. ഏത് ഇരപിടിയൻ വിചാരിച്ചാലും എളുപ്പം തകർക്കാനാകാത്ത ഈ ജീവിയുടെ തോടിന്റെ ഘടനയാണ് അവരെ അമ്പരപ്പിച്ചത്. അനി തരസാധാരണം എന്നുതന്നെ പറയാവുന്ന ഒരു ബാഹ്യപാളി ഉള്ളിൽ തരിതരികളായുള്ള ഇരുമ്പു സൾഫൈഡുമായിച്ചേർന്ന് അത്യപൂർവമായ ഒരു രക്ഷാകവചമായി മാറി. ഈ എഞ്ചിനീയറിങ് വിദ്യ അസാമാന്യ ഭാരം താങ്ങാൻ കഴിവുള്ള യന്ത്ര/ഉപകരണഭാഗങ്ങൾ നിർമിക്കാൻ വിമാനങ്ങളിലും സ്പോർട്സ് ഉപകരണങ്ങളിലുമടക്കം പരീക്ഷിക്കുക യാണിപ്പോൾ. വയറിൽകാലുള്ള ഇത്തരം ഒച്ചുകൾ (gastropod snail) കടലിനടിയിൽ രണ്ടുമൂന്ന് കിലോമീറ്റർ ആഴത്തിൽ താമസിക്കുന്നു.

മിന്നാമിനുങ്ങ് ചൂടില്ലാതെ വെളിച്ചംതരും. ആ സ്ഥാനത്ത് നമുക്കിന്ന് CFL ഉം LED ഉം ഉണ്ട്. ഊർജം പാഴാക്കാതെ പരമാവധി വെളിച്ചമു ണ്ടാക്കാൻ മനുഷ്യനെ പഠിപ്പിച്ചത് തീർച്ചയായും ഞെക്കു വിളക്കും തെളിച്ച് രാത്രിനീളെ അലയുന്ന ഈ കൊച്ചുജീവികൾ തന്നെയാവാം.

ന്യൂസിലാന്റിലെ ബോട്ടിൽനോസ്ഡോൾഫിനുകൾ ആശയവിനിമ യത്തിനായി മുപ്പതിൽപ്പരം വഴികൾ പരീക്ഷിക്കുന്നുണ്ടത്രെ. ഇതിൽ സംസാരഭാഷയും ശരീരഭാഷയും 'സോനാർ' ഭാഷയും പെടും. ശരീര ഭാഷ ഒറ്റയ്ക്കും കൂട്ടായും പ്രതികരണങ്ങൾക്കായുള്ള സിഗ്നലുകളായി മാറുന്നു. ആഴങ്ങളിലേക്ക് ഊളിയിടുന്നതുപോലും ഭാഷയായി മാറുന്നു. സംക്ഷിപ്തത (brevity) ഈ ഭാഷകളുടെ ജീവൻ ഏറ്റവും കുറവ് ഊർജം ചെലവഴിച്ച് പരമാവധി നേട്ടമുണ്ടാക്കുന്നു. ഇത്തരം ഭാഷാ കോഡുകളിലൂടെ ഏറ്റവും ഫലപ്രദമായി ആശയവിനിമയം സാധ്യമാകു ന്നു. വ്യക്തമായി കേൾക്കാവുന്ന ചില 'ക്ലിക്കു'കളും 'വിസിലു'കളും സംസാരഭാഷയുടെ ഭാഗമാണ്. 'സംക്ഷിപ്തതയുടെ നിയമം' മനുഷ്യ

നൊഴിച്ചു മറ്റൊരു സ്പീഷിസിൽ ആദ്യമായി ദൃശ്യമാവുകയാണ് എന്ന് ഡോൾഫിൻ ഗവേഷകനായ ഡോ. റമൻഫറ് പറയുന്നു.

ദേശാടനം ചെയ്ത് ഏറ്റവും ദൂരം സഞ്ചരിക്കുന്ന ജന്തു ഏതാണ്? വല്ല ആർട്ടിക്ടേൺ പക്ഷിയൊ മറ്റൊ ആയിരിക്കും എന്നെല്ലേ പലരു ടെയും വിചാരം. ശരിയാണ് ആർട്ടിക്ടേൺ 18,000 കി മീ സഞ്ചരിക്കും. എന്നാൽ ഇക്കാര്യത്തിൽ നമ്മുടെ തുമ്പി (dragon fly)യെ അനുകരി ക്കാൻ ഒരു ചെറുജീവിക്കുമാവില്ല. ഓരോതവണയും 12,000 നാഴികയോളം ലോകംചുറ്റുന്നു എന്നാണ് കണ്ടെത്തൽ. വീട്ടുപറമ്പിലൊ, കുളത്തിനു മുകളിലൊ യുദ്ധവിമാനങ്ങൾപോലെ പൊന്തുകയും താഴുകയും ചെയ്യുന്ന ഈ തുമ്പികൾ മാലിദ്വീപുകടന്ന് അങ്ങ് ദക്ഷിണപശ്ചിമ ആഫ്രി ക്കയിൽനിന്നു വന്നതാവാം. അതിരുകൾ ഇല്ലാത്ത ഒരു ലോകത്തെക്കു റിച്ച് മഹാകവി ടാഗോർ *ഗീതാഞ്ജലിയിൽ* പാടിയില്ലേ? ഇങ്ങനെയൊരു ലോകം സാക്ഷാൽക്കരിക്കുന്നത് തുമ്പികളും അവയുടെ ചില കൂട്ടുകാരും ആണെന്നു തോന്നുന്നു.

ചാൾസ് ആന്റേഴ്സൻ എന്ന ജീവശാസ്ത്രകാരന്റെ നിരീക്ഷണ ങ്ങളെ നമുക്ക് കൂട്ടുപിടിക്കാം. ശരത്ക്കാലാഗമനത്തോടെ കേരളമടക്ക മുള്ള ദക്ഷിണഭാരതത്തിൽനിന്ന് 600 നാഴിക താണ്ടി നേരെ മാലിദ്വീപി ലേക്. ആഫ്രിക്കയിൽനിന്ന് ദക്ഷിണേന്ത്യയിലെത്തിയ ഇവ ഇവിടെയുള്ള ശുദ്ധജല തടാകങ്ങളിൽ മുട്ടയിട്ട ശേഷമാണ് ഏതാണ്ട് ഒക്ടോബറോടെ ദ്വീപിൽ എത്തുന്നത്. ശുദ്ധജലം കുറവായ ആ നാട്ടിൽ പ്രജനനം അസാ ധ്യമാണല്ലൊ. തുടർന്ന് ഏതാനും മാസങ്ങൾക്കുള്ളിൽ വൻ കൂട്ടങ്ങളായി ഇവ ഉഗാണ്ടയിലും മൊസാമ്പിക്കിലും എത്തുകയായി. തുടർന്ന് വീണ്ടും ഇന്ത്യയിലേക്ക്. അങ്ങനെ ഒരു റൗണ്ട് പൂർത്തിയാകുന്നു. ഉവ്വ്, നിങ്ങ ളുടെ വീട്ടുമുറ്റത്തെ ചെടിത്തലപ്പത്തിരിക്കുന്ന ആ ചെറിയ ആനത്തുമ്പി പ്പെണ്ണ് ഉഗാണ്ട കണ്ട് മടങ്ങി വന്നവളാണ്!

വീണ്ടും ഉറുമ്പുകളിലേക്കു പോകാം. ഉറുമ്പിന്റെ അടുത്തേക്കു പോകൂ എന്ന് *ബൈബിൾ* ഉപദേശിക്കുന്നു. മലമടിയാ, ഉറുമ്പിന്റെ അടു ത്തേക്കു പോകൂ. അവളുടെ രീതിയും ബുദ്ധിയും കണ്ടുപഠിക്കൂ. വഴി കാട്ടിയില്ല, മേൽനോട്ടക്കാരില്ല, ഭരണക്കാരില്ല, ആരുമില്ല അവളെ ഉപദേ ശിക്കാൻ. വേനലിൽ തീറ്റയുണ്ടാക്കുന്നു, കൊയ്ത്തുകാലത്ത് അതിനു വേണ്ടി ശേഖരിക്കുന്നു.

ഇതിനെ കളിയാക്കിക്കൊണ്ട്, 'ഉറുമ്പിന്റെ അടുത്ത് പോകണോ?' (Go To The Ant?) എന്ന ഒരു നർമലേഖനം മാർക്ട്വയ്ൻ എഴുതിയിട്ടു ണ്ട്. കഠിനാധ്വാനികളായ വങ്കശിരോമണികൾ ആണ് ഈ ഉറുമ്പുകൾ എന്ന് ഈ എഴുത്തുകാരൻ നിരീക്ഷിക്കുന്നു. ഒരു ധാന്യമണി കിട്ടി യാൽ അത് വെറും മൂന്നടി അപ്പുറത്തുള്ള കൂട്ടിൽ കൊണ്ടുവെക്കാൻ വേണ്ട തിരിച്ചറിവുപോലുമില്ലാത്ത ഒരു ജീവിയെ എങ്ങനെ മാതൃക യാക്കും എന്നാണ് ചോദ്യം. കടിച്ചുപിടിച്ച ചുമടുമായി കൂട്ടിലേക്കുള്ള

വഴി കണ്ടുപിടിക്കാനാവാതെ പരക്കംപായുന്ന ഉറുമ്പുകളെ നിങ്ങളും കണ്ടിട്ടുണ്ടാവും പലേടത്തും.

ഉറുമ്പുകളെക്കുറിച്ച് അത്യുക്തികൾ വിളമ്പുന്നവരെ കളിയാക്കാൻ എഴുത്തുകാരനും ഒരത്യുക്തി ഉപയോഗിച്ചതാവാം. ഏതായാലും ആധു നികശാസ്ത്രം ഉറുമ്പുകളെ നോക്കി പഠിക്കാൻ തന്നെയാണ് ഭാവം. അല്ലാത്തപക്ഷം 'സൈബർ സുരക്ഷയ്ക്കുള്ള' അതു നാധുനമാർഗങ്ങൾ അവർ ഈ ചെറുജീവിയിൽനിന്നു പകർത്താൻ ശ്രമിക്കുമൊ? ഒരു കോളനി ശത്രുവിന്റെ ഭീഷണി നേരിടുമ്പോൾ അതിലെ ഓരോ അംഗവും കാട്ടുന്ന അനന്യമായ പെരുമാറ്റരീതി ബുദ്ധിശേഷിയെ അതിശയിപ്പി ക്കുന്ന സഹജാവബോധംകൊണ്ട് എങ്ങനെ നിർവഹിക്കപ്പെടുന്നു എന്നാണ് ഗവേഷകർ പഠിച്ചത്. കംപ്യൂട്ടർ 'വൈറസു'കളുടെയും 'വിര' കളുടെയും ആക്രമണത്തെ ഇതേ രീതി ഉപയോഗിച്ച് ഫലപ്രദമായി നേരിടാമത്രെ.

ഉറുമ്പുകളിൽ ഒന്ന് അപകടം മണക്കുന്നു. നിമിഷനേരംകൊണ്ട് ആ വിവരം കോളനിയിലെ ആയിരക്കണക്കിന് അംഗങ്ങളിൽ എത്തുന്നു. അവ ഒന്നിച്ചുചേരുന്നു. ഈ തന്ത്രം കംപ്യൂട്ടർ ഉപകരണങ്ങളിൽ പ്രാവർ ത്തികമാക്കാൻവേണ്ടി വിദഗ്ധർ ആയിരക്കണക്കിന് വ്യത്യസ്തതരം ഡിജിറ്റൽ ഉറുമ്പുകളെ സൃഷ്ടിച്ചു. ഈ കൃത്രിമ ഉറുമ്പുകൾ ആക്രമി കളെ അന്വേഷിച്ച് നെറ്റ്‌വർക്ക് ഉടനീളം അലഞ്ഞുനടക്കും. അപകടസൂ ചന കിട്ടുന്നതും വിവരം എല്ലാ ഡിജിറ്റൽ ഉറുമ്പുകൾക്കും കിട്ടും. 'അതോ ടെ വൈറസ്' പിടിയിലായതുതന്നെ. നിലവിലുള്ള ഏതു സുരക്ഷാ സംവി ധാനത്തെയും ഡിജിറ്റൽ ഉറുമ്പുകൾ അതിശയിക്കും.

ജീവജാലങ്ങളെ അനുകരിച്ച് ഇങ്ങനെ എത്രയെത്ര നൂതനശാ സ്ത്ര– സാങ്കേതിക വിദ്യകൾ പിറന്നുവീണുകൊണ്ടിരിക്കുന്നു!

13

വന്യജീവിസംരക്ഷണം : ഔദ്യോഗിക സംവിധാനങ്ങൾ

മുന്നൂറ്റി അമ്പതോളം സസ്തനി സ്പീഷിസ്, 1,224 തരം പക്ഷി കൾ, 408 തരം ഇഴജീവികൾ, ഇരുനൂറോളം ഉഭയജീവികൾ, 2,546 ജാതി മത്സ്യം, 57,548 ജാതി ഷഡ്പദങ്ങൾ, 46,286 തരം സസ്യങ്ങൾ – ഇതാണ് ഇന്ത്യയുടെ ജൈവവൈവിധ്യത്തിന്റെ സമകാലിക ചിത്രം. ലോകത്തിലെ കടുവകളുടെയും ഏഷ്യൻ ആനകളുടെയും 65 ശതമാനം ഇവിടെയാണ്. ഒറ്റക്കൊമ്പുള്ള കണ്ടാമൃഗങ്ങളുടെ 85 ശതമാനം ഇവിടെ വിഹരിക്കു ന്നു. ചെറുതും വലുതുമായ, വൈചിത്ര്യങ്ങളാൽ അതിസമ്പന്നമായ എത്രയോ വന്യജീവികൾ വേറെയും. ഇതെല്ലാം നശിച്ചുപോയാൽ നാട് നരകമാവില്ലെ?

വന്യജീവികളെ സംരക്ഷിക്കാൻ ഇന്ത്യയിലുടനീളം പലതരം ഔദ്യോഗിക സംവിധാനങ്ങളുണ്ട്. സന്നദ്ധസംഘടനകളുടെ പ്രവർത്തന ങ്ങൾ വേറെയും.

586 ൽ പ്പരം നാഷണൽ പാർക്കുകളും വന്യജീവി സംരക്ഷണകേ ന്ദ്രങ്ങളും (Sanctuaries) ഇവിടെയുണ്ട്. കടുവസംരക്ഷണ കേന്ദ്രങ്ങളുടെ എണ്ണം 39 ആയി ഉയർന്നിരിക്കുന്നു. ആനകൾക്കായി 25 കേന്ദ്രങ്ങൾ ഉണ്ടാക്കിയിരിക്കുന്നു. ഭൂവിസ്തൃതിയുടെ 4.75 ശതമാനത്തോളംവരും ഇതെല്ലാം (അഥവാ വനവിസ്തൃതിയുടെ 24.5%). സംരക്ഷണ നിയമ ങ്ങൾ ധാരാളം. 1972ൽ വന്യജീവി (സംരക്ഷണ) നിയമം നിലവിൽ വന്നു. ഇതിന്റെ ചുവടുപിടിച്ച് സംസ്ഥാനങ്ങളും വേണ്ടത്ര നിയമങ്ങൾ ഉണ്ടാ ക്കി. വികസന പ്രവർത്തനങ്ങൾക്കുവേണ്ടിയായാൽപ്പോലും പണ്ടേ പോലെ ഇപ്പോൾ കാട് നശിപ്പിക്കാനാവില്ല. കോടതികളും ജനകീയ സമി തികളും സജീവം. ദേശീയതലത്തിൽ വന്യജീവി സംരക്ഷണനിയമത്തിന് കാലാകാലങ്ങളിൽ ഭേദഗതികൾ ഉണ്ടായിക്കൊണ്ടിരിക്കുന്നു. ഇതനുസ

രിച്ച് വന്യജീവികളെ പിടിക്കുന്നതും കൈവശം വെക്കുന്നതും കൊല്ലു
ന്നതും അവയവഭാഗങ്ങൾ കടത്തുന്നതുമെല്ലാം കൂടുതൽ വലിയ കുറ്റ
ങ്ങളാവുന്നു. എന്നിട്ടും പക്ഷേ, വന്യജീവിവ്യാപാരം നിർബാധം നടന്നു
കൊണ്ടിരിക്കുന്നു.

ഇതാ, ഞെട്ടിപ്പിക്കുന്ന ചില വിവരങ്ങൾ:

– മയക്കുമരുന്നു കള്ളക്കടത്തു കഴിഞ്ഞാൽ ലോകത്തിൽ ഏറ്റവും
വലിയ കള്ളക്കച്ചവടച്ചരക്ക് വന്യജീവികളാണ്. പാവം വെള്ളിമു
ങ്ങപോലും കോടികളുടെ കച്ചവടച്ചരക്കല്ലേ?

– ആനക്കൊമ്പുകച്ചവടം കഴിഞ്ഞ നൂറ്റാണ്ടിൽ മാത്രം ഒരു ലക്ഷം
ആഫ്രിക്കൻ ആനകളെ കൊന്നൊടുക്കി. ആയിരക്കണക്കിന്
ഇന്ത്യൻ ആനകളെയും.

– ഓമനപ്പക്ഷികളായി വിൽക്കാൻ പിടിക്കപ്പെടുന്നവയിൽ പത്തിൽ
ഒമ്പതും ലക്ഷ്യസ്ഥാനത്ത് എത്തുംമുമ്പ് ചാവുന്നു.

ബ്രിട്ടീഷു ദ്വീപുകളുടെ വലുപ്പത്തിനു തുല്യമായ അത്രയും മഴ
ക്കാടുകൾ ഓരോ വർഷവും പൂർണമായി നശിച്ചുപോകുന്നു.

വന്യജീവികളെ തീർച്ചയായും അവയുടെ യഥാർഥ ആവാസവ്യവ
സ്ഥകളിൽത്തന്നെ പരിപാലിക്കണം. കാടുനശിക്കുമ്പോൾ, ജനവാസം
കാട്ടുപ്രദേശങ്ങളിലേക്കു പടരുമ്പോൾ, കന്നുകാലി മേച്ചിൽ വർധിക്കു
മ്പോൾ, വന്യജീവികൾക്കു രക്ഷയില്ലാതാവും. സ്വാഭാവിക അവസ്ഥ
യിലും ചിലപ്പോൾ പ്രത്യുൽപ്പാദന ക്ഷമത കുറഞ്ഞു എന്നുവരും.

ഇത്തരം അവസ്ഥകളിൽ ചിലപ്പോഴെങ്കിലും ചില മൃഗങ്ങളെയും
പക്ഷികളെയും ബന്ധനാവസ്ഥയിൽ സംരക്ഷിക്കേണ്ടിവരും. മൃഗശാല
കൾ മനുഷ്യനുവേണ്ടിയാണ്. അവന്റെ കൗതുകങ്ങൾക്കു ഒരു പരിധി
വരെ അതു ശമനം നൽകും. എന്നാൽ മൃഗശാലകൾ ഒരിക്കൽ കണ്ടാൽ
അവയുടെ ദയനീയാവസ്ഥയോർത്തു ആരും പരിതപിക്കും. ബന്ധുര
കാഞ്ചന കൂട്ടിലാണെങ്കിലും ബന്ധനം ബന്ധനംതന്നെയാണല്ലൊ. പല
മൃഗശാലകളിലും സൗകര്യവും വൃത്തിയുമുള്ള പാർപ്പിട സൗകര്യമില്ല.
മര്യാദയ്ക്ക് ഭക്ഷണവുമില്ല, പിന്നല്ലേ സ്വാതന്ത്ര്യം!

മൃഗശാലകളെ നിയന്ത്രിക്കാൻ ഇന്ത്യയിൽ ഒരു സെൻട്രൽ സൂ
അഥോറിറ്റിയുണ്ട്. 1992 ലെ വന്യജീവിനിയമം ഭേദഗതി ചെയ്ത് ഇതു
ണ്ടാക്കി. ഇതിനുശേഷം മൃഗശാലകളെക്കുറിച്ചുള്ള കാഴ്ചപ്പാടിൽ മാറ്റം
വന്നു. മൃഗശാലകൾ ഇപ്പോൾ ചെറുകൂടുകളുടെ സഞ്ചയമല്ല. പ്രകൃതി
യിൽ ആവാസങ്ങൾ എന്നപോലെ ഇവ സ്വാഭാവികത പരമാവധി നില
നിർത്തുന്നു. ഇന്ത്യയിൽ ഇപ്പോൾ 169 അംഗീകൃത മൃഗശാലകൾ ഉണ്ട്.
സ്വാഭാവികാവസ്ഥയിൽത്തന്നെ പ്രജനനക്ഷമതയെ പ്രോത്സാഹിപ്പി
ക്കാൻ ഇവിടെ സംവിധാനമുണ്ട്. കടുത്ത ഭീഷണി നേരിടുന്ന ഇനങ്ങളെ
പ്രത്യേകം ശ്രദ്ധ നൽകി വംശവർധനയ്ക്കു ശ്രമിക്കുന്നു.

ഏഷ്യൻ സിംഹങ്ങൾക്കായി ഈ രീതിയിൽ ഒട്ടനവധി കേന്ദ്രങ്ങൾ
ഉണ്ടാക്കിയിട്ടുണ്ട്. കേരളത്തിൽ നെയ്യാർഡാമിനടുത്ത് ഒരു ലയൺ

സഫാരി പാർക്കു കാണാം. സിംഹങ്ങൾ ഇവിടെ ഗീർവനത്തിൽ എന്ന പോലെ സ്വതന്ത്രമായി വിഹരിക്കുന്നു. നെയ്യാറിൽത്തന്നെ ഈ രീതിയി ലുള്ള ചീങ്കണ്ണി വളർത്തുകേന്ദ്രവും കാണാം. ഇന്ത്യയിൽ ഇത്തരം പ്രജനനകേന്ദ്രങ്ങൾ ആദ്യമായി തുടങ്ങുന്നതുതന്നെ ചീങ്കണ്ണികൾക്കു വേണ്ടിയാണ്. 1975ൽ ഒറീസയിൽ. അടുത്തവർഷം വനംവകുപ്പ് നെയ്യാർ ഡാം പരിസരത്തും തുടങ്ങി. ഒരുകാലത്ത് ജലതടങ്ങളിൽ 'ഉപ്പിലിട്ടതു പോലെ' ഉണ്ടായിരുന്ന മുതലകളെയും ചീങ്കണ്ണികളെയും ഇപ്പോൾ തീരെ കാണാനില്ലെന്ന കാര്യം ഓർക്കാം.

റോയൽ ബംഗാൾ കടുവകളുടെ സംരക്ഷിതപ്രജനനത്തിനായി പത്തോളം മൃഗശാലകൾ ഒരുങ്ങിയിട്ടുണ്ട്. സിംഹവാലൻ, ഹിമാലയ സാനുക്കളിലെ റെഡ്പാണ്ട, ഹിമപ്പുലി എന്നിവയുടെ എണ്ണം മെച്ചപ്പെടു ത്തുന്ന സംരക്ഷിത പ്രത്യുൽപ്പാദന പദ്ധതികളും നിലവിലുണ്ട്. ദക്ഷിണ–പശ്ചിമ ഇന്ത്യൻ വനമേഖലയാണ് സിംഹവാലന്റെ നാട്. എണ്ണം വളരെ കുറച്ചേ ഉള്ളൂ. ചെന്നെയിലും തിരുവനന്തപുരത്തും സിംഹവാ ലനെ വളർത്തുന്നു. റഡ്പാണ്ടയെ സിക്കിമിലും ഡാർജിലിങ്ങിലും.

നേപ്പാളിലും ഭൂട്ടാനിലും വംശനാശം വന്നുകഴിഞ്ഞ പിഗ്മി ഹോഗ് എന്ന ചെറുതരം പന്നി ഹിമാലയ പരിസരത്ത് ഇന്ത്യയിൽ ഇപ്പോൾ 150 എണ്ണം മാത്രമേ ബാക്കിയുള്ളൂ. ചില അംഗങ്ങൾ മൃഗശാലകളിൽ വള രുന്നു, കുഞ്ഞുങ്ങളെ പ്രസവിക്കുന്നു.

മനുഷ്യരുടെ കൈകളാൽ ഏറ്റവും കടുത്ത നാശം സംഭവിച്ച അപൂർവ ജന്തുവാണ് ഹിമാലയസാനുക്കളിലെ മഞ്ഞുപുലി. നമ്മുടെ നാട്ടിലെ പുലികൾക്ക് പൊതുവെ പ്രത്യുൽപ്പാദനക്ഷമതയും അതിജീവന ശേഷിയും കൂടും. ചെറുമൃഗങ്ങളെ ഇരകളായി കിട്ടിയാൽ അഷ്ടിനട ക്കും. അതുകൊണ്ട് അവ മനുഷ്യന്റെ തോന്ന്യാസങ്ങളെ അതിജീവി ക്കുന്നു. ഹിമപ്പുലികൾ അങ്ങനെയല്ല. മഹാകഷ്ടമാണ് അവയുടെ സ്ഥിതി. ദക്ഷിണഹിമാലയച്ചെരിവുകളിലാണ് ആവാസം. വളരെ കുറച്ചു ഹിമപ്പുലികളേ സ്വാഭാവികാവസ്ഥയിൽ ഉണ്ടാവാനിടയുള്ളൂ. അതേ സമയം മൃഗശാലകളിൽ സംരക്ഷിത പ്രജനനകേന്ദ്രങ്ങളിൽ അറുപ തോളം കുഞ്ഞുങ്ങൾ വളർന്നുവരുന്നുണ്ടത്രെ. ചീറ്റപ്പുലിയേയും നാമി പ്പോൾ പ്രജനനകേന്ദ്രങ്ങളിലാണല്ലോ പരിപാലിക്കുന്നത്.

കഴുകന്റെ കാര്യം അറിയാമല്ലോ. ഒരുകാലത്ത് സർവസാധാരണ മായ പക്ഷിയായിരുന്നു. മുതിർന്ന പൗരന്മാരോട് അവരുടെ കുട്ടിക്കാല ത്തേക്കുറിച്ച് ചോദിച്ചുനോക്കൂ. അറവുശാലകൾക്കു ചുറ്റുമുള്ള വൃക്ഷ ശാഖകളിൽ അവ എത്രയെങ്കിലും സുലഭമായിരുന്നു. ഇന്ന് ചിത്രങ്ങ ളിൽ മാത്രം ജീവിക്കുന്നു.

ഇന്ത്യയിൽ മൂന്നുതരം കഴുകന്മാരാണുള്ളത്. വെള്ളപ്പുറമുള്ളത് (Gyps bengalensis), നീണ്ട കൊക്കുള്ളത് (G. indicus), മെലിഞ്ഞ കൊക്കുള്ളത് (G. Lenuirostris). 95 ശതമാനത്തിലേറെ കഴുകന്മാരും പോയി. കന്നുകാലികൾക്കു നൽകുന്ന ഡൈക്ലോഫെനക്ക് എന്ന മരുന്ന്

ഈ പക്ഷിയുടെ അന്തകനാ
യി. ചത്ത പശുക്കളുടെ ഇറ
ച്ചിതിന്ന പക്ഷികളെല്ലാം
ചത്തു. കാരണം മനസിലാ
യപ്പോഴേക്കും രക്ഷിക്കാൻ
കഴുകന്മാർ ബാക്കിയില്ലാതാ
യി. മാലിന്യങ്ങൾ നീക്കംചെ
യ്യുന്ന ഒരു ശുചീകരണക്കാ
രൻ എന്ന നിലയിൽ കഴു
കന് ആവാസവ്യവസ്ഥയിൽ
നിസ്തുലമായ സ്ഥാനം
തന്നെയുണ്ട്. നഗരങ്ങളും

കഴുകൻ

ഗ്രാമങ്ങളും ഇവ വൃത്തിയാക്കുന്നു. അനിതര സാധാരണമായ ഘ്രാണ
ശക്തിയാൽ എവിടെ മരണമുണ്ടായാലും മണക്കും. അസാധാരണമായ
സൂക്ഷ്മശക്തിയുള്ള കണ്ണുകൾകൊണ്ട് ഏറ്റവും മുകളിൽനിന്നും
കാണും. വൻമരങ്ങളുടെ അഭാവം തീർച്ചയായും കഴുകനെയും ബാധി
ച്ചിട്ടുണ്ട്.

പക്ഷികളെപ്പറ്റി പഠിക്കുന്ന ബോംബെ നാച്ചുറൽ ഹിസ്റ്ററി സൊസൈ
റ്റിയാണ് കഴുകന്റെ തിരോധാനം ആദ്യം ശ്രദ്ധിച്ചത്. ആരോഗ്യമുള്ള കുറെ
പക്ഷികളെയെങ്കിലും സംരക്ഷണ പ്രജനനത്തിനു വിധേയമാക്കി കരു
ത്തുള്ള കുഞ്ഞുങ്ങളെ സ്വാഭാവികാവസ്ഥയിലേക്കു വിടാനാണ് ഇപ്പോൾ
ശ്രമം. ശക്തി ക്ഷയിച്ച് തൂക്കം പിടിച്ച മാതിരിയുള്ള പക്ഷികളാണ് അത്യ
പൂർവമായി മാത്രം ഇപ്പോൾ കാണുന്നത്.

അന്യം നിന്നുപോകാൻ സാധ്യതയുള്ള അപൂർവ ജന്തുക്കൾ മൃഗ
ശാലകളിലെ പരിരക്ഷണത്തിന്റെ ശീതളച്ഛായയിലും സന്താനോൽപ്പാ
ദനം നടത്തി പെരുകുന്നില്ലെങ്കിൽ പിന്നെ എന്തുചെയ്യാൻ കഴിയും?
ഇത്തരം ഘട്ടങ്ങളിൽ ജനിതക എഞ്ചിനീയറിങ്ങിന്റെ സഹായം തേടേണ്ടി
വരും. കുഞ്ഞുങ്ങളെ ക്ലോൺചെയ്ത് ഉണ്ടാക്കേണ്ടിവരും.

ചൈനയിലെ വൻപാണ്ടകളുടെ കാര്യം നോക്കൂ. പരമാവധി സംര
ക്ഷണം ലഭിക്കുന്നു. ഭക്ഷണം (മുളകുമ്പ്) സുലഭം. പരിസ്ഥിതിയും അനു
കൂലം. പക്ഷേ, എണ്ണം വർധിക്കുന്നില്ല. ബന്ധനാവസ്ഥയിലും പ്രജനനം
നടക്കുന്നില്ല, സ്വാഭാവികാവസ്ഥയിലും പ്രജനനം നടക്കുന്നില്ല. കാരണം
കൃത്യമായി അറിഞ്ഞുകൂടാ. പ്രത്യുൽപ്പാദനത്തിൽ ഇടപെടുന്ന ഏതെ
ങ്കിലും ജനിതക ഘടകമാവാം പ്രശ്നം. ഈ സാഹചര്യത്തിൽ ക്ലോണി
ങ്ങിന് ശ്രമം നടക്കുന്നു. ഇന്ത്യൻ ചീറ്റപ്പുലികളിലും ക്ലോണിങ് പരീക്ഷി
ക്കാൻ ശ്രമമുണ്ട്. കാട്ടുപോത്തിനെ ഒരമേരിക്കൻ കമ്പനി ക്ലോൺ ചെയ്
തിട്ടുണ്ടത്രെ. അതേസമയം പരിരക്ഷണതന്ത്രമെന്ന നിലയിൽ ക്ലോണി
ങ്ങിനെ പ്രോത്സാഹിപ്പിക്കുന്നതിനോട് IUCNനുപോലും യോജിപ്പില്ല.
കാരണം ക്ലോണിങ്ങിൽ ലൈംഗിക പ്രത്യുൽപ്പാദനത്തിനു സ്ഥാനമില്ല.

അതുകൊണ്ട് ബീജങ്ങളിലെ ജീനുകളുടെ വേർതിരിയലും കൂടിച്ചേരലും അതുമൂലമുള്ള ജീൻകരുത്തും സ്വപ്നം മാത്രമാണ്. ക്ലോണിങ്ങിൽ ദുർബല സന്തതികളേ പിറക്കൂ എന്നർഥം. അകാലചരമമടഞ്ഞ 'ഡോളി' യുടെ വിധി നമ്മുടെ മുമ്പിലുണ്ടല്ലോ. അതുകൊണ്ട് അറ്റകൈയായേ ക്ലോണിങ് ആകാവൂ.

ഇന്ത്യയിലെ ചില പ്രധാന വന്യജീവി സംരക്ഷണ കേന്ദ്രങ്ങളെ ക്കുറിച്ചുള്ള വിവരങ്ങൾ ചുവടെ നൽകിയിരിക്കുന്നു.

1. നാഗാർജുൻസാഗർ ശ്രീശൈലം വന്യജീവി സംരക്ഷണകേന്ദ്രം – കർണാടകം – ഇന്ത്യയിലെ ഏറ്റവും വലിയ കടുവ സംരക്ഷണ കേന്ദ്രം.

2. കാസിരംഗ നാഷണൽപാർക്ക് – ആസാം – കണ്ടാമൃഗങ്ങളുടെ സംര ക്ഷണത്തിനു പ്രസിദ്ധം.

3. മനസ് സാങ്ചുറി – ആസാം – കടുവകൾക്കു പ്രസിദ്ധം – പുള്ളി പ്പുലി, കണ്ടാമൃഗം, കാട്ടുപോത്ത് എന്നിവയുമുണ്ട്.

4. ഗൗതമബുദ്ധ വന്യജീവിസങ്കേതം – ബീഹാർ – ഗയ. കടുവ, ചിങ്കാര മാൻ എന്നിവയെ സംരക്ഷിക്കുന്നു.

5. വാൽമീകി വന്യജീവി സങ്കേതം – ബീഹാറിലെ ചമ്പാരൻ ജില്ല യിൽ സ്ഥിതിചെയ്യുന്നു. കടുവ, കണ്ടാമൃഗം, തേൻകരടി എന്നിവയെ സംരക്ഷിക്കുന്നു.

6. ഭഗവാൻ മഹാവീർ നാഷണൽ പാർക്കും മോലം വന്യജീവി സങ്കേ തവും – ഗോവയിൽ മോലം എന്ന സ്ഥലത്ത്. കടുവ സംരക്ഷണ കേന്ദ്രം, പുള്ളിപ്പുലി, കരടി എന്നിവയുമുണ്ട്.

7. ഗീർ നാഷണൽപ്പാർക്കും വജ്യജീവിസങ്കേതവും – ഗുജറാത്ത് സിംഹങ്ങളുടെ സാന്നിധ്യംകൊണ്ട് ലോകപ്രസിദ്ധം.

8. മറൈന നാഷണൽപാർക്കും സാങ്ചുറിയും – ഗുജറാത്തിലെ ജാംന ഗറിനടുത്ത്. ഒലിവ്റിഡ്ലി കടലാമകളെ സംരക്ഷിക്കുന്നു.

9. നൽസരോവർ വന്യജീവിസങ്കേതം – ഗുജറാത്തിലെ അഹമ്മദാ ബാദ് ജില്ലയിൽ. ദേശാടനപ്പക്ഷികൾക്കു പ്രസിദ്ധം. പുനാരകൾ (flamingoes) സമൃദ്ധം.

10. വേലവാധർ നാഷണൽ പാർക്ക് – ഗുജറാത്ത് ബ്ലാക്ക്ബക്ക് മാനിനെ സംരക്ഷിക്കാൻ 1969 ൽ സ്ഥാപിച്ചു.

11. സുൽത്താൻപുർജീൽ ഹരിയാനയിൽ ജിൽ തടാകത്തിലെ പക്ഷി സങ്കേതം – ദേശാടനക്കിളികൾക്ക് പ്രധാനാകർഷണം.

12. ഗ്രെയ്റ്റ് ഹിമാലയൻ നാഷണൽ പാർക്ക് – ഹിമാചൽപ്രദേശിലെ കുളുവിൽ സ്ഥിതിചെയ്യുന്നു. പക്ഷികളുടെയും ജന്തുക്കളുടെയും വൈവിധ്യംകൊണ്ടു പ്രസിദ്ധം.

13. ഡാച്ചിഗം നാഷണൽപാർക്ക് – കാശ്മീരിൽ ശ്രീനഗറിൽനിന്ന് 20 കിലോ മീറ്റർ അകലെ. ഹങ്കുൾമാനുകൾക്ക് പ്രസിദ്ധം. കൂടാതെ കസ്തൂരിമാനും ഹിമാലയൻ കരടിയുമുണ്ട്.

14. ബന്ദിപൂർ നാഷണൽ പാർക്കും കടുവ സംര ക്ഷണകേന്ദ്രവും – കർ ണാടകത്തിൽ ആന നി രീക്ഷണത്തിന് പ്രസി ദ്ധം.

15. മൂകാംബിക വന്യജീ വിസങ്കേതം – കർണാ ടകയിലെ മൂകാംബിക യിൽ. കടുവ, കരടി, സിംഹവാലൻകുരങ്ങ്, പുലി എന്നിവയുണ്ട്.

16. നാഗർഹോള നാഷ ണൽപാർക്ക് – കർ ണാടകത്തിൽ കബനീ നദി സംഭരണിയുടെ തീരം. കടുവ, പുള്ളി

The Great Indian Bustard

പ്പുലി എന്നിവ പ്രധാന ആകർഷണം.

17. ഇന്ദ്രാവതി നാഷണൽ പാർക്കും കടുവ സംരക്ഷണകേന്ദ്രവും – പുലി, കാട്ടുപോത്ത്, ചെന്നായ, ചിങ്കാരമാൻ എന്നിവയുമുണ്ട്.

18. കൻഹ നാഷണൽപാർക്ക് – മധ്യപ്രദേശ്. ചതുപ്പുമാനിന്റെ സംര ക്ഷണം വഴി പ്രസിദ്ധം.

19. കരേര വലിയ ബസ്റ്റാഡ് സങ്കേതം – കടുത്ത വംശനാശ ഭീഷണി യുള്ള The Great Indian Bustard എന്ന പക്ഷിയെ സംരക്ഷിക്കു ന്നു. മധ്യപ്രദേശിൽ സ്ഥിതിചെയ്യുന്നു.

20. മാധവ് നാഷണൽ പാർക്ക് (ശിവപുരി) – ഗ്വാളിയറിൽ (മധ്യപ്ര ദേശ്) സ്ഥിതിചെയ്യുന്നു. വിശാലമായ തടാകമുണ്ട്. നീൽഗായ്, ചെന്നായ, ചിങ്കാരമാൻ, കരടി, കടുവ എന്നിവയെ കാണാം.

21. പന്ന നാഷണൽപാർക്ക് – മധ്യപ്രദേശ്. കടുവ, പുലി, ചെന്നായ, കലമാൻ, തുടങ്ങിയവയുണ്ട്.

22. പഞ്ചവന്യമൃഗസങ്കേതം – മധ്യപ്രദേശിൽ സ്ഥിതിചെയ്യുന്നു. മഹാ രാഷ്ട്രയിലേക്കും അതിർത്തി വ്യാപിച്ചുകിടക്കുന്നു. കടുവ, പുലി, ചിങ്കാരമാൻ എന്നിവയുണ്ട്.

23. സഞ്ജയ് നാഷണൽ പാർക്ക് – കടുവ, പുള്ളിപ്പുലി, കലമാൻ, നീല പ്പശു എന്നിവയ്ക്കു പേരുകെട്ട മധ്യപ്രദേശിലെ സങ്കേതം.

24. ശതപുര നാഷണൽ പാർക്ക് – മധ്യപ്രദേശിൽ ശതപുര പർവത നിരകളിൽ സ്ഥിതിചെയ്യുന്നു. കടുവയും കലമാനും പുലിയുമുണ്ട്.

25. വൻവീഹാർ ദേശീയപാർക്ക് – മധ്യപ്രദേശിലെ അറിയപ്പെടുന്ന സുവോളജിക്കൽ പാർക്ക്. ഭോപ്പാൽനഗരത്തിനടുത്ത് സ്ഥിതി ചെയ്യുന്നു.

26. ബൊരവെലി നാഷണൽപാർക്ക് – സഞ്ജയ്ഗാന്ധി ദേശീയ പാർ ക്കായും അറിയപ്പെടുന്നു. മാനുകളുടെ സങ്കേതമെന്ന നിലയിൽ പ്രസിദ്ധം.

27. നവഗാഡ് നാഷണൽപാർക്ക് – മഹാരാഷ്ട്രയിലെ ഇലപൊഴിയും വനപാർക്ക്. നിറയെ തടാകങ്ങളുണ്ട്. പക്ഷികൾക്കുപുറമെ കടുവ കളെയും കാണാം.

28. ടരോബ നാഷണൽപാർക്ക് – മഹാരാഷ്ട്രയിലാണ്. കടുവ, പുള്ളി പ്പുലി, നീലഗായ്, ഗൗർ എന്നീ മൃഗങ്ങളുണ്ട്.

29. കീബൂൾ ലാംജാവൊ പാർക്ക് – മണിപ്പൂരിൽ ലോക്ടക് തടാക ത്തിൽ സ്ഥിതിചെയ്യുന്നു. വംശനാശഭീഷണിയുടെ കരിനിഴലിലായ മണിപ്പൂർ പുരികക്കൊമ്പൻ മാനിനെ (Brow antlered deer) അഥവാ സാങ്ഗായിമാൻ സംരക്ഷിക്കുന്നു.

30. സീരോഹി നാഷണൽ പാർക്ക് – മണിപ്പൂരിൽ ബർമയുടെ അതിർ ത്തിയിൽ സ്ഥിതിചെയ്യുന്നു. കടുവയും പലതരം പക്ഷികളുമുണ്ട്.

31. ചിൽക്ക നാഷണൽ പാർക്ക് – ഒറീസയിലെ തടാകപ്പാർക്ക്. ചതുപ്പു കൾ പക്ഷികളെ ആകർഷിക്കുന്നു. വെള്ളപ്പുലിയും ബ്ലാക്ക്ബക്കു മുണ്ട്.

32. സിംലിപാൽ നാഷണൽപാർക്ക് – ഒറീസയിലെ കടുവ സംരക്ഷണ കേന്ദ്രം കൂടിയാണ്. ആന, ഗൗർ, പുലി, കൂരമാൻ, കലമാൻ, ഉറുമ്പു തീനി എന്നിങ്ങനെ ഒട്ടനേകം മൃഗങ്ങളുണ്ട്.

33. ദേശീയ മരുഭൂമി പാർക്ക് – രാജസ്ഥാൻ മരുഭൂമിയിൽ സ്ഥിതിചെയ്യു ന്നു. കടുവ, ആന, ഗൗർ, പുള്ളിപ്പുലി, ചെന്നായ, വലിയ ഇന്ത്യൻ ബസ്റ്റാഡ് പക്ഷി എന്നിവയുണ്ട്.

34. കിയൊലാഡ ദേവ്ഘന നാഷണൽ പാർക്ക് – മുമ്പ് ഭരത്പൂർ സങ്കേതം എന്നപേരിൽ അറിയപ്പെട്ടിരുന്ന രാജസ്ഥാനിലെ ഈ വന്യജീവി സങ്കേതം ദേശാടനപ്പക്ഷികളാൽ സമൃദ്ധമാണ്. പക്ഷി കൾക്കുപുറമെ നീൽഗായ്, ബ്ലാക്ക്ബക്ക്, മീൻപിടിച്ചയൻ പൂച്ച തുട ങ്ങിയുള്ള മൃഗങ്ങളെയും നിരീക്ഷിക്കാം.

35. രത്തൻഭോർ നാഷണൽ പാർക്ക് – കടുവാ സങ്കേതം കൂടിയാണ്. പുള്ളിപ്പുലിയും കണ്ടാമൃഗവും ചിങ്കാരിമാനും നീൽഗായ്യും മറ്റ നേകം ചെറുമൃഗങ്ങളും ഉണ്ട്.

36. സരിസ്ക നാഷണൽപാർക്ക് – രാജസ്ഥാനിൽ സ്ഥിതിചെയ്യുന്നു. പ്രൊജക്ടൈഗർ പദ്ധതി പ്രദേശം കൂടിയായ ഇവിടെ കടുവകളെ തീരെ കാണാതായത് വൻ ചർച്ചാ വിഷയമായിട്ടുണ്ട്. പുള്ളിപ്പുലി, നീൽഗായ്, ചിങ്കാര എന്നിവയെ കാണുന്നു.

37. കാഞ്ചൻസൊംഗ നാഷണൽപാർക്ക് – ഹിമാവൃതമായ കുന്നുകളും പച്ചപുതച്ച താഴ്വരകളുംകൊണ്ട് മനോഹരമാണ് സിക്കിമിലെ ഈ ദേശീയോദ്യാനം. കസ്തൂരിപ്പുലി മേഘംപോല മങ്ങിയ നിറമുള്ള പുള്ളിപ്പുലി (clouded leopard), ചൗസിംഘ, ഹിമപ്പുലി, കസ്തൂരിമാൻ, റെഡ്പാണ്ട എന്നിവയെയും ധാരാളം പക്ഷികളെയും കാണാം.

ക്ലൗഡഡ് പുള്ളിപ്പുലി

38. ആനമല വന്യജീവി സങ്കേതം – തമിഴ്നാട്ടിൽ സ്ഥിതിചെയ്യുന്നു. കരിങ്കുരങ്ങും സിംഹവാലനുമുണ്ട്. ആനയേയും കൂരമാനേയും കാണാം.

39. പോയിന്റ് കാലിമർ വന്യജീവിസങ്കേതം – തമിഴ്നാട്ടിലെ തഞ്ചാ വൂരിൽ സ്ഥിതിചെയ്യുന്ന ഈ ഉൾക്കടൽ സങ്കേതം. ബ്ലാക്ക്ബക്കി നെയും നാട്ടുകുരങ്ങുകളെയും പക്ഷികളെയും ധാരാളമായി സംര ക്ഷിക്കുന്നു.

40. നന്ദാദേവി നാഷണൽപാർക്ക് – ഉത്തർപ്രദേശിൽ സ്ഥിതിചെയ്യു ന്നു. നന്ദാദേവീ കൊടുമുടി ഇവിടെയാണ്.

41. രാജാജി വന്യജീവിസങ്കേതം – ഉത്തർപ്രദേശിലെ ഡറാഡ്ഡൂൺ താഴ് വരയിൽ സ്ഥിതിചെയ്യുന്നു. കടുവയും പുള്ളിപ്പുലിയുമുണ്ട്.

42. പൂക്കളുടെ താഴ്വര (Valley of flowers) നാഷണൽപാർക്ക് – അപൂർവ സസ്യ-ജന്തു ജനുസുകളുടെ ഈ പറുദീസ ലോകപ്രസി ദ്ധമാണ്. ഹിമാലയ താഴ്വരയിൽ സ്ഥിതിചെയ്യുന്നു. മൃഗങ്ങളിൽ പുള്ളിപ്പുലിയും കസ്തൂരിമാനും കാട്ടാടും പ്രധാനം.

43. സുന്ദർബൻ നാഷണൽപാർക്ക് – ബംഗാളിൽ ഹൂഗ്ലി–ടെടുലിയ നദി കൾക്കിടയിൽ സ്ഥിതിചെയ്യുന്ന വിശാലമായ കണ്ടൽ വനപ്രദേശം. ഏറ്റവും വലിയ ഒരു കടുവ സംരക്ഷണകേന്ദ്രം കൂടിയാണിത്.

44. ജൽദപ്പാറ വന്യജീവി സങ്കേതം – പുഴയും ചതുപ്പും ഉയരമുള്ള പുല്ലുകളും ഇലപൊഴിയും വനങ്ങളുടെ സാമീപ്യവും എല്ലാംകൊണ്ട് അനന്യമായിത്തീരുന്ന ഒരു ആവാസവ്യവസ്ഥ ഇവിടെയുണ്ട്. കടു വയും പുള്ളിപ്പുലിയും പ്രധാന മൃഗങ്ങൾ.

മണിപ്പൂരി സാങ്ഗായിമാൻ

45. ദുധ്വ നാഷണൽപാർക്ക് – ഉത്തർപ്രദേശിലെ ഈ പ്രദേശം കടുവ കളെയും പുള്ളിപ്പുലികളെയും സംരക്ഷിക്കുന്നു. പന്നിമാൻ, മടി യൻ കരടി, ചതുപ്പുമാൻ തുടങ്ങിയവയെയും കാണാം.

ബയോസ്ഫിയർ റിസർവുകൾ

നീലഗിരി റിസർവ് (കേരളം, തമിഴ്‌നാട്, കർണാടകം), നന്ദാദേവി (ഉത്തർപ്രദേശ്), നോക്രെക്ക് (മേഘാലയ), ഗ്രെയ്റ്റ് നിക്കോബാർ (ആന്ത മാൻ–നിക്കോബാർ), ഗൾഫ് ഓഫ് മന്നാർ (തമിഴ്‌നാട്), മനാസ് (ആസാം), സുന്ദർബൻസ് (പശ്ചിമബംഗാൾ) എന്നിവയാണ് ഇന്ത്യയിലെ പ്രധാന ബയോസ്ഫിയർ റിസർവുകൾ.

തണ്ണീർത്തടങ്ങൾ

ഭൂമിയുടെ വൃക്കകളാണ് തണ്ണീർത്തടങ്ങൾ. വർഷത്തിൽ കുറേനാൾ വെള്ളം കെട്ടിനിൽക്കുന്ന ഏതു ജലസ്രോതസും തണ്ണീർത്തടമാണ്. എങ്കിലും സ്ഥിര ജലസ്രോതസുകളുടെ സംരക്ഷണം തന്നെയാണ് ഇതു കൊണ്ട് പ്രധാനമായി ഉദ്ദേശിക്കുന്നത്. ഭൂനിരപ്പിന് തൊട്ടുതാഴെ ജലവി താനമുള്ള പ്രദേശങ്ങൾ, ചതുപ്പുകൾ ചെടികൾ വളർന്നുനിന്ന് മണ്ണിൽ ധാരാളം ജലാംശം നിലനിൽക്കുന്ന പ്രദേശങ്ങൾ – ഇവയെല്ലാം ആർദ്രത യുള്ള പ്രദേശങ്ങളാണ് (Wetland) ഇവയുടെയെല്ലാം സംരക്ഷണം ഇതിന്റെ ഭാഗമായി വരും.

1971ൽ ഇറാനിലെ റംസാർ എന്ന സ്ഥലത്ത് മുപ്പതിൽപ്പരം രാജ്യ ങ്ങളുടെ പ്രതിനിധികൾ ചേർന്ന് തണ്ണീർത്തടങ്ങൾ സംരക്ഷിക്കുന്നതി

നുവേണ്ടി ഒരു സ്ഥിരം വേദിയുണ്ടാക്കി. ഈ അന്തർദേശീയ ഫോറം Ramsar Convention എന്നപേരിൽ അറിയപ്പെടുന്നു. നൂറിൽപ്പരം രാജ്യങ്ങൾ ഇതിൽ ഒപ്പുവെച്ചു. ഇതനുസരിച്ച് അംഗരാജ്യങ്ങൾ തണ്ണീർത്തട സംരക്ഷണത്തിനുള്ള നടപടികൾ ഏറ്റെടുക്കാൻ ബാധ്യസ്ഥമാണ്.

ഇന്ത്യ റംസാർ കൺവെൻഷനിൽ അംഗമാണ്. ചിൽക്ക (ഒറീസ), ലോക്ടെക് (മണിപ്പൂരി), ഹരിക്കെ (പഞ്ചാബ്), ഭരത്പൂർ (രാജസ്ഥാൻ), വൂളാർ (കാശ്മീർ) എന്നിങ്ങനെ ആറ് തണ്ണീർത്തടങ്ങൾ ഇതനുസരിച്ച് സംരക്ഷിക്കപ്പെടുന്നു. കേരളത്തിലെ ശാസ്താംകോട്ടക്കായൽ 2002 ൽ അസാർ സൈറ്റായി പ്രഖ്യാപിച്ചു.

ചിൽക്ക പത്തുലക്ഷത്തോളം പക്ഷികളുടെ ആവാസമാണ്. 230 ച കീ വിസ്തീർണം വരുന്ന ലോക്ടക് തടാകത്തിൽ ഒരു ഭാഗത്ത് ഒഴുകുന്ന ദേശീയോദ്യാനം എന്ന പേരിൽ അറിയപ്പെടുന്ന കീബുൾ ലംജാവോ സ്ഥിതിചെയ്യുന്നു. പൊന്തപോലെ പൊന്തിക്കിടക്കുന്ന ഫുംഡീസ് പുൽക്കെട്ടുകളുടെ പരപ്പ് ഒഴുകി നടക്കുന്നു. ഇവിടെ അത്യപൂർവമായ മണിപ്പൂരി സാങ്ഗായിമാൻ മേയുന്നു. ഈ പുൽക്കൂട്ടത്തിനു മുകളിൽ മീൻപിടുത്തക്കാരുടെ കുടിലുകൾ സ്ഥിതിചെയ്യുന്നു. സ്ഥായിയായ വികസനത്തിന് തണ്ണീർത്തടാകങ്ങളുടെ സംരക്ഷണം അതിപ്രധാനമാണ്.

14

കേരളത്തിലെ ചില പ്രധാന വന്യജീവികൾ

സസ്തനികൾ

ഇന്ത്യയിൽ മുന്നൂറ്റി അമ്പതോളം സസ്തനിവർഗങ്ങൾ ജീവിച്ചിരി പ്പുണ്ടെന്നു പറഞ്ഞുവല്ലോ. ഇതിൽ 106 എണ്ണമെങ്കിലും കേരളത്തിലു ണ്ട്. ഇതിൽ ചില അപൂർവയിനങ്ങളെക്കുറിച്ചുമാത്രമേ ഇവിടെ പ്രസ്താ വിക്കുന്നുള്ളൂ.

ഈനാംപേച്ചി (അളുങ്ക് – Pangolin) മാനിസ്ക്രോസിക്കോമേറ്റ

ധാരാളം കേട്ടിട്ടുണ്ടാവും. അർഥമൊന്നും അറിയില്ലെങ്കിലും ചിലരെ ഈനാംപേച്ചിയെന്നു കളിയാക്കി വിളിക്കാറു ണ്ടല്ലോ. അപൂർവമായേ ഇപ്പോൾ കാണാറുള്ളൂ. ശരീരം ശൽക്കങ്ങൾകൊ ണ്ട് ആവരണം ചെയ്തി രിക്കുന്നു. ഉറുമ്പുകളും ചിതലുകളുമാണ് ഭക്ഷ ണം. അതുകൊണ്ടായി രിക്കും പല്ലില്ലാത്തത്. 'ഉ റുമ്പുതീനി' എന്ന അപ രനാമധേയം തികച്ചും അർഥവത്താണ്. ആപൽ സൂചന കിട്ടിയാൽ തല

ഈനാംപേച്ചി

ഉള്ളിലാക്കി ചുരുണ്ട് പന്തുപോലെയാക്കിക്കിടക്കാൻ ഈനാം പേച്ചിക്കേ കഴിയൂ.

സാമ്പർമാൻ – കലമാൻ (സർവസ്യുണികോളൻ)

കേരളത്തിലെ വന്യപ്രകൃതിയിൽ കാണുന്ന ഏറ്റവും വലിയ മാൻ സാമ്പർ തന്നെ സംശയമില്ല. നാട്ടിൻപുറത്തുകാർ 'മ്ലാവ്' എന്നും വിളിക്കും. കേരളത്തിലെ എല്ലാ കാടുകളിലും ഉണ്ട്. വംശനാശ ഭീഷണി തുറിച്ചു നോക്കുന്നില്ലെന്ന് ഈ ജീവിയെക്കുറിച്ചെങ്കിലും സമാധാനിക്കാം.

പാറാൻ (പെറ്റ്യൂറിസ്റ്റ് പെറ്റ്യൂറിസ്റ്റ്)

പറക്കാൻ കഴിയുന്ന ഒരണ്ണാനെക്കുറിച്ചു സങ്കൽപ്പിച്ചുനോക്കൂ. ഒരു വൃക്ഷത്തിൽനിന്നു മറ്റൊന്നിലേക്ക് 'പാറി'പ്പോകും. നമ്മുടെ വന്യജീവി സംരക്ഷണ കേന്ദ്രങ്ങളിൽ എവിടെ ചെന്നാലും കാണാം. ചില നാട്ടിൻപുറ ങ്ങളിലും ഉണ്ടാവും. പക്ഷേ, ശരിയായ പറക്കലല്ല കേട്ടോ. തെന്നിനീങ്ങ ലാണ്. ചിറകുള്ളവയ്ക്കേ പറക്കാൻ കഴിയൂ. ശരീരം ശ്രദ്ധിക്കൂ. കൈ കാലുകളെയും ശരീരത്തെയും തമ്മിൽ ബന്ധിപ്പിക്കുന്ന ചർമം കാണാം. പാറിപ്പറക്കുന്നത് ഇതുപയോഗിച്ചാണ്.

അണ്ണാൻ കുടുംബ ത്തിൽ വേറെയും ചില വിശി ഷ്ടാംഗങ്ങൾ ഉണ്ട്. രണ്ടു തരം വലിയ അണ്ണാനുകൾ കേരളത്തിലുണ്ട്. ചാര അണ്ണാ നും തവിട്ട് മലയണ്ണാനും (Grizzled Giant Suirrel, Malabar Giant Sqeernet). കൊടുംകാടുകളിൽ മാത്രം കാണുന്ന അപൂർവ സ്പീ ഷിസ് ആണ് ഇരുണ്ട വരയ ണ്ണാൻ. നാട്ടിൻപുറത്തെ കുട്ടികൾക്ക് ചെറിയ അണ്ണാ ന്മാർ ഉറ്റചങ്ങാതിമാരായി രുന്നു. മാങ്ങയും ചക്കയും പഴുത്താൽ അണ്ണാന്മാർക്ക് ഉത്സവക്കാലമാണ്. ഉച്ച ത്തിൽ ചിലയ്ക്കും. ചിലപ്പോ ൾ മരത്തിൽനിന്നു താഴെയി റങ്ങി അബദ്ധം പറ്റിയപോ ലെ വീണ്ടും ഓടിക്കയറും. അണ്ണാനെക്കുറിച്ച് എത്രയോ

പാറാൻ

നാടൻപാട്ടുകളും ചൊല്ലുകളുമുണ്ട്. ഇപ്പോൾ മരങ്ങൾ കുറഞ്ഞതോടെ അണ്ണാനെ തീരെ കാണാതായിരിക്കുന്നു.

മന്ദൻകരടി (Sloth Bear) – മെലേഴ്സ് അഴ്സീനസ്

മടിയൻകരടി, തേൻകരടി എന്നൊക്കെ പേരുണ്ട്. പക്ഷേ, കാണാൻ കിട്ടുക പ്രയാസം. അത്രയും അപൂർവമായിരിക്കുന്നു. ആൺകരടികൾ 130–140 കിലോഗ്രാം തൂക്കം വെക്കും. കറുത്ത ശരീരത്തിൽ നെഞ്ചിൽ വെള്ളനിറത്തിൽ V അടയാളം കാണാം. ഇറച്ചിയും തിന്നും പച്ചക്കറിയും കഴിക്കും. പുഴുക്കളെപ്പോലും പിടിച്ചു ശാപ്പിടും. ചിതലുകളാണെങ്കിൽ ഒന്നാന്തരം സദ്യപോലെ ആസ്വദിക്കും. തേൻകിട്ടിയാൽ പാൽപ്പായസം കിട്ടിയതിനേക്കാൾ സന്തോഷം. ഈച്ചകളുടെ കുത്തൊന്നും ഏൽക്കു കയില്ല. ഇത്തരം കരടികൾ കഥകളിലൂടെ നമ്മെ രസിപ്പിക്കാറുണ്ട്.

കുട്ടിത്തേവാങ്ക് (റോസിസ് ടാർഡി ഗ്രേസസ്)

അടുത്തകാലംവരെ പിടിച്ചു കൂട്ടിലാക്കി ചന്തയിലും മറ്റും പ്രദർശി പ്പിക്കുന്നതു കണ്ടിട്ടുണ്ട്. വനനിയമം കർശനമായതോടെ കുട്ടിത്തേവാങ്ക് പിടിത്തം നിന്നു. അതോ കാട്ടിൽ തീരെ ഇല്ലാതായതാണോ കാരണം? കാട്ടിൽ ചെന്ന് കാണാമെന്നുവച്ചാൽ കണ്ടുകിട്ടാൻ പ്രയാസമാണ്. അത്ര യും അടങ്ങിയൊതുങ്ങിയുള്ള ജീവിതമാണ്. രാത്രിയേ പുറത്തിറങ്ങൂ.

മുഖം കണ്ടാൽത്തന്നെ തോ ന്നില്ലേ, പരമപാവമാണെന്ന്. വലുപ്പമേറിയ ആ കണ്ണുക ളിലെ ദൈന്യം ഒരിക്കൽ കണ്ടാൽ മറക്കില്ല. കുട്ടി ത്തേ വാങ്കിനെ കണ്ടാൽ ശനിപ്പിഴയാണെന്ന് അന്ധവി ശ്വാസമുണ്ടായിരുന്നു. മിശ്ര ഭോജിയായ കുട്ടിത്തേവാങ്ക്, തേവാങ്ക് കുടുംബത്തിൽ ഇപ്പോൾ കേരളത്തിൽ ജീവി ക്കുന്ന ഏക അംഗമാണ്.

കുട്ടിത്തേവാങ്ക്

കുരങ്ങുകൾ

നാടൻകുരങ്ങ്, സിംഹവാലൻകുരങ്ങ്, കരിങ്കുരങ്ങ്, ഹനുമാൻ കുര ങ്ങ് എന്നിങ്ങനെ നാലിനം കുരങ്ങുകൾ കേരളത്തിലുണ്ട്. ഇതിൽ ആദ്യം പറഞ്ഞ രണ്ടും കവിൾ സഞ്ചിപോലെ വികസിപ്പിച്ച് ആഹാരം സംഭരി ക്കും. പിന്നീട് സൈ്വരമായി ഇരുന്ന് കവിളിലെ പോക്കറ്റിൽ നിന്നെടുത്ത് കഴിക്കും. ഇത്തരം കുരങ്ങന്മാർ മക്കാകുകൾ (Macaques) എന്നപേരിലും മറ്റു രണ്ടിനങ്ങൾ ലാംഗുറുകൾ (Langurs) എന്നപേരിലും അറിയപ്പെടു

ന്നു. കരിംകുരങ്ങ്, ലാംഗുറാണ്. സിംഹവാലൻ മക്കക്കും. രണ്ടും യഥാർഥ കാനനവാസികൾ. കരിംകുരങ്ങു രസായനം എന്ന തട്ടിപ്പിനിരയായി നമ്മുടെ കരിങ്കുരങ്ങുകളെല്ലാം നശിച്ചു. 'എന്നിൽ ഔഷധവീര്യമില്ല' എന്ന് വനംവകുപ്പ് പോസ്റ്ററടിച്ചു പ്രചരിപ്പിച്ചിട്ടും ഫലമുണ്ടായില്ല. ആ വക അബദ്ധധാരണകൾക്കൊന്നും ഇരയായിട്ടില്ലെങ്കിലും സിംഹവാലൻ കുരങ്ങുകളുടെ എണ്ണവും കുറഞ്ഞുവരുന്നു. സംരക്ഷണമുള്ളതുകൊണ്ട് രക്ഷപ്പെടുന്നു. തേവാങ്കുകൾ കുരങ്ങുകളുടെ ബന്ധുവാണെന്ന് ഒറ്റനോട്ട ത്തിൽത്തന്നെ മനസിലാവും.

മാർജാരന്മാർ

കടുവ, പുള്ളിപ്പുലി, കാട്ടുപൂച്ച, വള്ളിപ്പൂച്ച, മീൻപ്പൂച്ച, പുള്ളിപ്പൂച്ച എന്നിങ്ങനെ വീട്ടുപൂച്ചയുടെ വന്യരൂപങ്ങളെല്ലാം നമ്മുടെ കാട്ടിലുണ്ട്. സിംഹമേ ഇല്ലാതുള്ളൂ. കടുവയ്ക്കാണെങ്കിൽ പെരിയാർ സങ്കേതത്തിലും പറമ്പിക്കുളത്തും സംരക്ഷണം കിട്ടുന്നു. അവയുടെ സ്ഥിതി കേരളത്തിൽ വെളിയിലുള്ളതിനേക്കാൾ എത്രയോ മെച്ചമാണ് താനും. കൂട്ടത്തിൽ മറ്റു പൂച്ചകളും രക്ഷപ്പെടുന്നു. എങ്കിലും പുലികൾക്കു കഷ്ടകാലമാണ്. ഇര തേടിയിറങ്ങി അവ പലപ്പോഴും ജനവാസകേന്ദ്രങ്ങളിലെത്തും. പരിസ്ഥി തിബോധം എത്ര ഉണ്ടെന്നുപറഞ്ഞാലും പുലിയെക്കണ്ടാൽ നമ്മുടെ നാട്ടിൽ കോലാഹലമാണ്. ചാനലുകൾ രംഗം കൊഴുപ്പിക്കും. എല്ലാവരും ചേർന്ന് പുലിയെ തീവ്രവാദികളെക്കാൾ വലിയ കൊടും ഭീകരനായി പ്രഖ്യാപിക്കും. പുലിയെക്കാൾ ഇപ്പോൾ കേരളത്തിൽ അപൂർവമായിരി ക്കുന്നത് 'കൊങ്ങാൻ' എന്ന ചെറു പുലിപ്പൂച്ച (Leopard cat)കളാണ്. മാർജാര കുടുംബത്തിലെ ഏറ്റവും ചെറിയ അംഗമാണിത്.

കാട്ടുപോത്ത് (Gour– ബോസ്ഗാറസ്)

പശുവർഗത്തിലെ ഏറ്റവും വലിയ മൃഗമാണ് കാട്ടു ഗൗറുകൾ. കാട്ടു പോത്തുകൾ ഇഷ്ടംപോലെ മേഞ്ഞുനടന്നിരുന്ന ഒരു കാലമുണ്ടായിരുന്നു. കൂട്ടം കൂടി ജീവിക്കുന്ന ഗൗറുകൾ ഇപ്പോൾ വന്യജീവിസങ്കേത ങ്ങളുടെ പരിരക്ഷയിൽ വലിയ കുഴപ്പമില്ലാതെ കഴി ഞ്ഞുപോകുന്നു. ഒരു ടണ്ണോ ളം ഭാരവും രണ്ടു മീറ്റർ പൊക്കവുംവരുന്ന കാട്ടു പോത്ത് നമ്മുടെ നാട്ടിൽ ആനകഴിഞ്ഞാൽ ഏറ്റവും വലിയ മൃഗംതന്നെ. പെ

കാട്ടുപോത്ത്

ണ്ണിനു വലുപ്പം കുറയും, കറുപ്പും. ഏതാണ്ട് ഒരു തവിട്ടു നിറമാ
ണിവയ്ക്ക്. മാംസത്തിനും തുകലിനും വേണ്ടിയുള്ള വേട്ടയാണ് എണ്ണ
ത്തിൽ കുറവുണ്ടാക്കിയത്.

വരയാട് (Nilgiri Tahr – നീലഗിരിതാർ)

കേരളത്തിലെ ഈ ഒരേയൊരു കാട്ടാടിന്റെ പേരിലാണ് ഇരവികുളം
ദേശീയോദ്യാനം പ്രസിദ്ധമായത്. 'മല' എന്ന അർഥത്തിലാണ് തമിഴിൽ
'വര' ഉപയോഗിക്കുന്നത്. അല്ലാതെ ഈ ആടിന്റെ ദേഹത്ത് വരയൊന്നു
മില്ല. തണുപ്പു കാലാവസ്ഥ ആസ്വദിച്ചുകൊണ്ട് ആനമലയുടെ അത്യു
ന്നതങ്ങളിലും ഇവ ജീവിക്കുന്നു. ഉന്നതിയിലെ പുൽമേടുകൾ ഇവയ്ക്ക്
പഥ്യമായ ആഹാരം നൽകുന്നു. പശ്ചിമഘട്ട മലനിരകളിലാകമാനം
ഇപ്പോൾ രണ്ടായിരത്തി അഞ്ഞൂറിൽ താഴെ വരയാടുകൾ മാത്രമേ
ബാക്കിയുള്ളൂ. ഇരവികുളത്ത് ഇവയുടെ എണ്ണം 704 ആണ്. 1975 മുതൽ
സംരക്ഷണം കിട്ടിയിട്ടും ഇതാണ് സ്ഥിതി. 5 മുതൽ 50 വരെ ആടുക
ളുള്ള കൂട്ടങ്ങളായി സഞ്ചരിക്കുന്നു. ഇതുവരെ വിചാരിച്ചതുപോലെ ഹിമാ
ലയൻ ടാറുകളുടെ വംശക്കാരാണ് നീലഗിരിടാറുകളെന്ന് ഇനി കരുതാ
നാവില്ല. പുതിയ ഡി എൻ എ പഠനങ്ങൾ ഇവ പ്രത്യേകമൊരു വർഗമാ
ണെന്ന് വ്യക്തമാക്കി. അതോടെ ശാസ്ത്രനാമത്തിലും മാറ്റംവന്നിട്ടുണ്ട്.

വരയാട്

വവ്വാലുകൾ

ഈ പറക്കും സസ്തനികളെക്കുറിച്ചു പറയാതെ ജന്തുവൈവിധ്യ ത്തെക്കുറിച്ചുള്ള ഏതു വിവരണമാണ് പൂർത്തിയാവുക? ഇന്ത്യയിലാകെ ക്കൂടി 119 വാവൽ ജാതികൾ ഉണ്ടെന്നാണ് കണക്ക്. ഇതിൽ 28 ജാതിയും കേരളത്തിലുണ്ട്. വലുപ്പത്തിൽ ഏറ്റവും മുമ്പൻ പൂർണ സസ്യഭുക്കായ പഴവവ്വാലുകളാണ്. മരങ്ങളിൽ കൂട്ടത്തോടെ താവളമടിക്കും. നേരം ഇരു ളാൻ പോകുന്നതോടെ ഭക്ഷണംതേടി പറന്നുപോകുന്നതു കാണാം. കശുമാവു കായ്ച്ചാൽ മാമ്പഴം വിളഞ്ഞാൽ വവ്വാലുകൾക്കു കുശാലാ ണ്. പ്രാണിഭോജി വവ്വാലുകൾക്ക് വലുപ്പം കുറവാണ്. പരാഗണവും വിത്തുവിതരണവുമാണ് പഴവവ്വാലുകൾ ചെയ്യുന്ന ഏറ്റവും വലിയ സേവനം.

പക്ഷികളും മറ്റു ജീവികളും

വേഴാമ്പൽ

മഴമേഘങ്ങൾ പ്രതീക്ഷിച്ച് കരയുന്ന വേഴാമ്പലുകളെക്കുറിച്ച് കഥ യുണ്ട്. 'വേഴാമ്പലിനെപ്പോലെ' എന്ന് ഭാഷാശൈലിയും വന്നു. വേനൽ കടുത്താൽ വേഴാമ്പലുകളുടെ കേഴൽ കേൾക്കാം. മഴമേഘങ്ങളെ ഉണർ ത്തുകയാണത്രെ. മഴപെയ്ത് തലയിലെ 'മരിക' നിറയും. (മരികത്തല ച്ചീ, മരീന്തലച്ചി എന്നൊക്കെ നാടൻ പേരുണ്ട്) എന്നാൽ തലയിലെ പാത്രം നിറഞ്ഞതുകൊണ്ട് ദാഹജലം ചുണ്ടുകളിലെത്തുമോ? അതു കൊണ്ട് മഴപെയ്താലും പക്ഷിക്ക് ഒരു ഗുണവുമില്ലെന്നാണ് പഴയ വിശ്വാസം. എല്ലാം കഥകൾ. അത്രമാത്രം ഈ പക്ഷി നമ്മുടെ ഗ്രാമകഥ കളിൽ നിറഞ്ഞു. നാഗാലാന്റിലെ നാട്ടിൻപുറങ്ങളിൽ എട്ടു ദിവസം നിൽക്കുന്ന വേഴാമ്പൽമേള തന്നെയുണ്ട്. അവരുടെ നാട്ടുപഴമയിൽ ആ പക്ഷിക്ക് അത്രയും വലിയ സ്ഥാനമുണ്ട്. വേഴാമ്പൽക്കഥകൾ എത്ര വേണമെങ്കിലും ശേഖരിക്കാനുണ്ടാവും അവിടെ ചെന്നാൽ.

വന്മരങ്ങൾ നാടുനീങ്ങിയതോടെ ഗ്രാമീണതയിൽ വേഴാമ്പലുകൾക്ക് സ്ഥാനമില്ലാതായി. പണ്ടത്തെ പതിവുകാഴ്ചകൾ ഇപ്പോൾ തീരെ ഇല്ലാ തായിരിക്കുന്നു. ഉയരമുള്ള മരപ്പൊത്തുകളിലേ വേഴാമ്പലുകൾ മുട്ടയി ടൂ. ഒരേ പൊത്തിൽത്തന്നെ എല്ലാ വർഷവും കൂടുകൂട്ടും. പെൺപക്ഷി പൊത്തിൽ കയറി സ്വന്തം വിസർജ്യംകൊണ്ട് പ്രവേശനകവാടം അടയ് ക്കും. മധ്യത്തിൽ ഒരു വിടവ് അവശേഷിപ്പിക്കാൻ മറക്കില്ല കേട്ടോ. ഇതൊക്കെ റെഡിയായതിനുശേഷം മാത്രമേ മുട്ടയിടൂ. മുട്ടവിരിയുന്ന കാലമത്രയും പട്ടിണികിടക്കാനൊന്നും പറ്റില്ലല്ലോ. അതുകൊണ്ട് ആൺ പക്ഷി പൊത്തിലെ വിടവിലൂടെ അതീവനിഷ്ഠയോടെ ചെറുപഴങ്ങളും മറ്റും ആഹാരമായി എത്തിക്കും. ആഴ്ചകളോളം ഇതു നീണ്ടുനിൽക്കും. പിന്നെ കുഞ്ഞുങ്ങൾക്കിടയിൽനിന്ന് അമ്മപ്പക്ഷി പുറത്തുവന്ന് വീണ്ടും കൂട് അടയ്ക്കും. അമ്മയും അച്ഛനും ചേർന്ന് തീറ്റ കണ്ടെത്തി മക്കളെ

പോറ്റും. ഈ രീതിയിൽ മാതൃകാപരമായി കുടുംബ ജീവിതം നയിക്കുന്ന ഒരു പക്ഷിയെക്കുറിച്ച് കഥകൾ പ്രചരിക്കുന്നതിൽ എന്താണ തിശയം!

ലോകത്താകമാനം 57 ജാതി വേഴാമ്പലുകൾ ഉണ്ട ത്രേ. ഇതിൽ ഒമ്പതെണ്ണ മാണ് ഇന്ത്യയിലുള്ളത്. നാ ലെണ്ണം കേരളത്തിലുമുണ്ട്. പാണ്ടൻ (Malabar Pied Hornbill), കോഴിവേഴാമ്പൽ (Malabar Grey Hornbill), മലമുഴക്കിവേഴാമ്പൽ (Great Indian Hornbill), നാട്ടുവേഴാ മ്പൽ (Common Grey Hornbill) എന്നിവയാണിവ. വർഗ്ഗത്തിലെ ഭീമകായൻ മലമുഴക്കിയാണ്. പറക്കുമ്പോൾ ഉണ്ടാകുന്ന ശബ്ദമാണ് പേരിനാധാരം. കേരളത്തിന്റെ ദേശീയ പക്ഷിയാണിത്.

മലമുഴക്കിവേഴാമ്പൽ

ഒരു വേഴാമ്പലിനെ കണ്ടകാലം മറന്നു എന്ന് പരിചയസമ്പരായ പക്ഷിനിരീക്ഷകർ പോലും പറയുന്നു.

കേരളത്തിലെ മറ്റു വന്യജീവികളെക്കുറിച്ചുപറഞ്ഞാൽ ചിത്രശലഭ വർഗങ്ങൾ 314 എണ്ണമുണ്ട്. ഇതിൽക്കൂടുതൽ നിശാചരരായ 'മോ ത്തു'കളും. ലോകത്തിലെ ഏറ്റവും വലിയ നിശാശലഭമായ അറ്റ്ലസ് മോത്തിനെ കേരളത്തിലും കാണാം. 150 ഓളം ചിലന്തിജാതികളും ഇവി ടെയുണ്ട്. ദേശാടനം ചെയ്യുന്ന തുമ്പികളെക്കുറിച്ച് മുമ്പൊരിക്കൽ സൂചി പ്പിച്ചില്ലേ? 140 ലേറെ തുമ്പിജാതികളെ നമ്മുടെ നാട്ടിൽ കണ്ടെത്തിയി ട്ടുണ്ട്.

ഉരഗജീവികളിൽ അപൂർവമായ ട്രാവൻകൂർ കരയാമയും അത്യ പൂർവമായ വന്യ ചുരൽ ആമയും ഇവിടെയുണ്ട്. പാമ്പുകളിൽ തെക്കേ ഇന്ത്യയിൽ മാത്രം കാണുന്ന രണ്ടുതരം കുഴിമണ്ഡലികൾ, ചേനത്ത ണ്ടൻ, വെള്ളിക്കെട്ടൻ, ചുരുട്ടയണലി, മൂർഖൻ, രാജവെമ്പാല എന്നീ വിഷപ്പാമ്പുകളും മലമ്പാമ്പും മണ്ണെലിയുമടക്കമുള്ള വിഷമില്ലാപ്പാമ്പു കളും കേരളത്തിന്റെ സമ്പത്താണ്. ജുറാസിക് കാലഘട്ടംതൊട്ട് മാറ്റമി ല്ലാതെ ജീവിക്കുന്ന പാതാളത്തവളയെന്ന (നാസീകബട്രസ് സഹ്യാ ദൻസീസ്) 2003 ൽ കേരളത്തിലാണ് കണ്ടെത്തിയത്. അപൂർവമായി ക്കൊണ്ടിരിക്കുന്ന നമ്മുടെ അനേകം മാക്രിയിനങ്ങളിൽ ഒന്നു മാത്രമാ ണിത്. രാസകീടനാശിനികളാണ് തവള ജാതികളുടെ മുഖ്യശത്രു.

15

കേരളത്തിലെ ജൈവവൈവിധ്യ സംരക്ഷണകേന്ദ്രങ്ങൾ

വന്യജീവിസങ്കേതങ്ങൾ (Sanctuaries)

1. **നെയ്യാർ ഡാം സാങ്ച്ചറി** : തിരുവനന്തപുരം ജില്ലയിലെ നെയ്യാറ്റിൻകര താലൂക്കിൽ സ്ഥിതിചെയ്യുന്നു. അഗസ്ത്യശൈലത്തിന്റെ താഴ്വര ഇന്ത്യയിലെതന്നെ പ്രധാനപ്പെട്ട ആന സംരക്ഷണ കേന്ദ്രമാണ്. കൂടാതെ നെയ്യാർ ചീങ്കണ്ണിവളർത്തുകേന്ദ്രം, ലയൺ സഫാരി പാർക്ക് എന്നിവയുമുണ്ട്. കേരളത്തിലെ ഏറ്റവും തെക്കേ അറ്റത്തെ ഈ വന്യജീവിസങ്കേതം 1958 ൽ നിലവിൽ വന്നു.

2. **പേപ്പാറ സാങ്ച്ചറി** : തിരുവനന്തപുരത്ത് നെടുമങ്ങാട് താലൂക്കിൽ സ്ഥിതിചെയ്യുന്നു. പേപ്പാറ ഡാം ജലസംഭരണിക്കു ചുറ്റുമുള്ള സംര ക്ഷിതമേഖല. അരുവിക്കര അണക്കെട്ടിനും ജലസംഭരണിക്കും 25 കി മീ ഉയരത്തിൽ സ്ഥിതിചെയ്യുന്നു. ആന, കടുവ, കരടി, പലതരം മാനുകൾ, സിംഹവാലൻ, മരപ്പട്ടി തുടങ്ങിയ വന്യജീവികളെയും പലതരം പക്ഷികളെയും സംരക്ഷിക്കുന്നു. പൊന്മുടി സുഖവാസ കേന്ദ്രം അടുത്താണ്. 1983 ൽ നിലവിൽ വന്നു.

3. **ചെന്തുരുണി** : കൊല്ലം ജില്ലയിലെ ഒരേയൊരു വന്യജീവി സംരക്ഷണ കേന്ദ്രം. 1984 ൽ നിലവിൽ വന്നു. ചെന്തുരുണി എന്ന മരത്തിന് (Gluta travancorica – അനക്കാഡിയേസീ കുടുംബം) പ്രസിദ്ധമായ സ്ഥലം. ആന, കാട്ടുപോത്ത്, കടുവ, പുലി, കുരങ്ങ്, കരിങ്കുരങ്ങ്, സിംഹവാലൻ, ഈനാംപേച്ചി തുടങ്ങിയ മൃഗങ്ങളുണ്ട്.

4. **പെരിയാർ (തേക്കടി)** : ഇടുക്കിജില്ലയിൽ പീരുമേട് താലൂക്കിൽ സ്ഥിതി ചെയ്യുന്നു. പെരിയാർ തടാകത്തിനു ചുറ്റുമുള്ള വനപ്രദേശം. മുല്ലപ്പെ രിയാർ അണക്കെട്ടിനെക്കുറിച്ച് എപ്പോഴും കേൾക്കാറില്ലേ? 1895 ൽ പെരിയാറിനു കുറുകെ നിർമിച്ച അണക്കെട്ടാണിത്. അങ്ങനെ ഉണ്ടായ

തടാകമാണ് പെരിയാർ തടാകം. ഇന്ത്യയിലെ പത്താമത്തെ കടു
വസങ്കേതം കൂടിയാണ്. 32 ഇനം സസ്തനങ്ങളുണ്ട്. ആനകൾ ധാരാ
ളം. പക്ഷികളും.

5. **ഇടുക്കി സാങ്ചറി** : നാല് വന്യജീവിസങ്കേതങ്ങളും നാല് ദേശീ
യോദ്യാനങ്ങളും ഉള്ള ജില്ലയാണ് ഇടുക്കി എന്നറിയുക. ഇതിൽ
രണ്ടാമത്തെ വന്യസങ്കേതമാണ് ഇടുക്കി. വന്യജീവിസങ്കേതം. കേര
ളത്തിലെ ഏറ്റവും വലിയ ജലവൈദ്യുതപദ്ധതിയാണ് ഇടുക്കിയി
ലേത്. ഇതിന്റെ ജലസംഭരണിക്കുചുറ്റുമുള്ള വനമേഖലയാണ്.

6. **ചിന്നാർ** : ഇടുക്കിജില്ലയിലെ ദേവികുളം താലൂക്കിലാണ് ചിന്നാർ. മയിൽ,
നക്ഷത്ര ആമ, മലയണ്ണാൻ (ചാമ്പൽ) എന്നിവയുണ്ട്. ഗ്രിസിൽഡ്
ജയന്റ് സ്ക്വീറൽ എന്നപേരിൽ അറിയപ്പെടുന്ന ഈ അണ്ണാൻ
ദക്ഷിണേന്ത്യക്കു പുറമെ ശ്രീലങ്കയിലേ ഉള്ളു. പാമ്പാർ ഈ വന
മേഖലയിലൂടെ ഒഴുകിപ്പോകുന്നു. കേരളത്തിലെ മഴനിഴൽ പ്രദേശ
മാണ് ചിന്നാർ എന്നുകൂടി അറിയുക. ചന്ദനമരങ്ങൾക്കു പ്രസിദ്ധമാണ്.

7. **ചിമ്മിനി** : തൃശൂർ ജില്ലയിൽ മുകുന്ദപുരം താലൂക്കിൽ സ്ഥിതിചെയ്യു
ന്നു. ചിമ്മിനിപ്പുഴയുടെ സംഭരണമേഖലയാണിത്. പ്രസിദ്ധമായ
നെല്ലിയാമ്പതിമലകളുടെ പടിഞ്ഞാറെ ചെരിവാണ് ഈ പ്രദേശം.

8. **പീച്ചി–വാഴാനി** : തൃശൂർ ജില്ലയിലെ തൃശൂർ, തലപ്പള്ളി താലൂക്കുക
ളിലായി സ്ഥിതിചെയ്യുന്നു. ആസ്ഥാനം പീച്ചി. തൃശൂർ നഗരത്തിൽ
നിന്ന് കഷ്ടിച്ച് 20 കി മീ ദൂരമേയുള്ളു. പീച്ചി വനഗവേഷണ കേന്ദ്ര
ത്തെക്കുറിച്ചു കേട്ടിട്ടുണ്ടാകുമല്ലോ. ജൈവവൈവിധ്യസമ്പന്നമായ
ഈ സങ്കേതത്തിൽ മയിലുകൾ ധാരാളമുണ്ട്. ആദ്യകാല (1958)
വന്യമൃഗ സങ്കേതങ്ങളിൽ ഒന്ന്.

9. **പറമ്പിക്കുളം** : പാലക്കാട് ജില്ലയിലെ ചിറ്റൂർ താലൂക്കിൽ സ്ഥിതി
ചെയ്യുന്നു. 1962 ൽ നിലവിൽ വന്നു. തമിഴ്നാട്ടിലൂടെയാണ് ഇവി
ടേക്കു പോകേണ്ടത്. ഒരു വലിയ ഭാഗം ചതുപ്പുപ്രദേശമാണ്. അതു
കൊണ്ട് വ്യത്യസ്തമായ ഒരു ഇക്കൊ വ്യവസ്ഥ ഇവിടെയുണ്ട്.
ചതുപ്പുപ്രിയരായ കാട്ടുപോത്തുകൾ വിഹരിക്കുന്നു. തമിഴ്നാട്ടിലെ
ആനമലൈ വന്യജീവിസങ്കേതം ഇതിനോട് ചേർന്നുകിടക്കുന്നു.
പറമ്പിക്കുളത്ത് പണ്ട് ആനകളെ മെരുക്കിയിരുന്നു.

10. **വയനാട്** : വയനാട് ജില്ലയിലെ മാനന്തവാടിയും സുൽത്താൻ ബത്തേ
രിയും ഉള്ള വനമേഖലകൾ ഉൾപ്പെടുന്ന പ്രദേശം. നീലഗിരി
ബയോസ്ഫിയറിന്റെ ഭാഗം. മുത്തങ്ങ വന്യജീവിസങ്കേതം ഇതിന്റെ
ഭാഗമാണ്. ആനകളുടെ പ്രധാന താവളങ്ങളിൽ ഒന്ന്.

11. **ആറളം** : കേരളത്തിന്റെ ഏറ്റവും വടക്കുഭാഗത്തു സ്ഥിതിചെയ്യുന്ന
ഈ വന്യജീവിസങ്കേതം കണ്ണൂർ ജില്ലയിലാണ്. വയനാട് വന്യ
ജീവി സംരക്ഷണകേന്ദ്രം അടുത്തായതുകൊണ്ട് അവിടെയുള്ള
ജന്തുക്കളെ ഇവിടെയും കാണാം.

ദേശീയോദ്യാനങ്ങൾ

കേരളത്തിൽ ആകെ അഞ്ച് ദേശീയോദ്യാനങ്ങൾ (National parks) ആണുള്ളത്. ഇതിൽ നാലും ഇടുക്കി ജില്ലയിലാണ്. ആനമലക്കൊടു മുടി ഉൾപ്പെടുന്ന ഇരവികുളം ദേശീയപാർക്കിന് കേരളത്തിലെ ആദ്യത്തെ ദേശീയപാർക്ക് എന്ന പേരുമുണ്ട്. ഇടുക്കിയിൽ തന്നെയുള്ള മറ്റു മൂന്നു പാർക്കുകൾ മതികെട്ടാൻ ചോല, ആനമുടിച്ചോല, പാമ്പാടുംചോല എന്നിവയാണ്. ഇരവികുളം ദേശീയപാർക്കിൽ അത്യപൂർവമൃഗങ്ങളായ വരയാടിനെ (നീലഗിരിടാർ) സംരക്ഷിച്ചിരിക്കുന്നു.

അഞ്ച് ദേശീയോദ്യാനങ്ങളിൽ ഇനി സുപ്രസിദ്ധമായ സയലന്റ് വാലി നാഷണൽ പാർക്കാണ് ബാക്കിയുള്ളത്. പാലക്കാട് ജില്ലയിലെ മണ്ണാർക്കാട് താലൂക്കിൽ ആണ് ഈ ഉദ്യാനം. മനുഷ്യസ്പർശം അധിക മേൽക്കാതെ ഇടതൂർന്ന് വളർന്നുനിൽക്കുന്ന മഴക്കാടുകളാണ് സൈലന്റ് വാലിയിൽ ഉള്ളത്. ചീവിടുകളുടെ ശബ്ദമില്ലാത്തതുകൊണ്ട് ഇതിന് നിശ്ശബ്ദതാഴ്വര എന്ന പേരുവന്നു. കുന്തിപ്പുഴയുടെ വറ്റാത്ത ഉറവുകൾ ഇവിടെ അനന്യമായ ഒരു ജൈവവൈവിധ്യക്കലവറ തന്നെ ഒരുക്കിവെച്ചിരി ക്കുന്നു. എഴുപതുകളിൽ ഇവിടെയൊരു ജലവൈദ്യുതപദ്ധതി നിർമി ക്കാൻ ആലോചന നടന്നു. ശാസ്ത്രീയ പഠനങ്ങളുടെ പിൻബലത്തോടെ പരിസ്ഥിതി സ്നേഹികളും ഒരു വിഭാഗം ശാസ്ത്രജ്ഞരും ഇതിനെ ശക്തിയായി എതിർത്തു. സൈലന്റ് വാലിയിലെ ജൈവവൈവിധ്യത്തിന്റെ അനന്യതയെക്കുറിച്ച് ശാസ്ത്രീയമായ പല വിവരങ്ങളും ബോംബെ നാച്ചുറൽ ഹിസ്റ്ററി സൊസൈറ്റി പുറത്തുകൊണ്ടുവന്നു. പദ്ധതി ഉപേ ക്ഷിക്കണമെന്ന് ആവശ്യപ്പെട്ട് കേരള ശാസ്ത്ര സാഹിത്യപരിഷത്ത്, പ്രകൃതി സംരക്ഷണസമിതി, മലയാളത്തിലെ ചില പ്രമുഖ കവികൾ, പരിസ്ഥിതി ശാസ്ത്രജ്ഞർ തുടങ്ങിയവർ ഒറ്റക്കെട്ടായി സമരം ചെയ്തു. ഇതിന്റെ ഫലമായി സർക്കാർ സൈലന്റ് വാലി ജലവൈദ്യുത പദ്ധതി ഉപേക്ഷിച്ചു. 1984 ൽ പദ്ധതി പ്രദേശം ഉൾപ്പെടെ 89.52 ച കി മേഖല ദേശീയോദ്യാനമായി സംരക്ഷിക്കുവാൻ പ്രവർത്തനം തുടങ്ങി.

സൈലന്റ് വാലിയിലെ ജൈവവൈവിധ്യവും പാരിസ്ഥിതിക സന്തു ലിതാവസ്ഥയും ആഗോളശ്രദ്ധതന്നെ പിടിച്ചുപറ്റിയിട്ടുണ്ട്. ഇതുപോലെ ഒരു കന്യാവനം ഇന്ത്യയിൽ വേറെയില്ല. തദ്ദേശീയം (endemic) എന്നു പറയാവുന്ന അനേകം ജീവജാതികൾ ഇവിടെയുണ്ട്. സിംഹവാലൻ കുരങ്ങു കളുടെ ഒരു പ്രധാന കേന്ദ്രമാണ്. 1986 ൽ നിലവിൽ വന്ന നീലഗിരി ജൈവ മണ്ഡലത്തിന്റെ (Bioreserve) ഭാഗം കൂടിയാണ് ഈ ദേശീയോദ്യാനം.

പക്ഷിസങ്കേതങ്ങൾ

സാലിം അലി പക്ഷിസങ്കേതം തട്ടേക്കാട്

കേരളത്തിലെ ആദ്യത്തെ ഈ പക്ഷി സംരക്ഷണകേന്ദ്രം 1983 ൽ നിലവിൽ വന്നു. എറണാകുളം ജില്ലയിലെ കോതമഗലം താലൂക്കിൽ പെരിയാ റിന്റെ വടക്കൻ തീരത്തായി സ്ഥിതിചെയ്യുന്നു. വിസ്തീർണം 2,519 ചതു രശ്ര കിലോമീറ്റർ. നാടൻ പക്ഷികളേയും ദേശാടനക്കിളികളേയും നിരീക്ഷിക്കാം.

കുമരകം

വേമ്പനാട്ടുകായലോരത്തു സ്ഥിതിചെയ്യുന്നു. ദേശാടനപ്പക്ഷികൾക്ക് ഈ പ്രദേശം പ്രസിദ്ധമാണ്. കായലിന്റെ പടിഞ്ഞാറേ തീരത്താണ് പാതി രാമണൽ. ഇതും പക്ഷികളുടെ വലിയൊരു താവളമാണ്. കുമരകത്തിന് പക്ഷേ, സാങ്ച്വരി എന്ന പൂർണപദവി ലഭിച്ചിട്ടില്ല.

കടലുണ്ടി

സാങ്ച്വരി പദവി പൂർണമായി ലഭിക്കാത്ത ഈ കടലോരപ്രദേശം കോഴിക്കോട്ട് ജില്ലയിലാണ്. കണ്ടൽക്കാടുകളുടെ സമൃദ്ധി അനന്യമായ ഒരു ഇക്കോ വ്യവസ്ഥ സൃഷ്ടിച്ചിരിക്കുന്നു. പക്ഷി നിരീക്ഷകരുടെ സ്വർഗം തന്നെയാണ്.

മംഗലവനം പക്ഷിസങ്കേതം

എറണാകുളം പട്ടണത്തിന് തൊട്ടടുത്തായി മംഗലവനം ദ്വീപ് സ്ഥിതിചെയ്യുന്നു. ദ്വീപിനകത്തായി ചെറിയൊരു നൈസർഗികവനം തന്നെ പ്രകൃതി ഒരുക്കിയിരിക്കുന്നു. ഋതുക്കൾ മാറുന്നതിനനുസരിച്ച് എത്രയോ പക്ഷികൾ എത്തുന്നു. വൻ വാവലുകളുടെ സ്ഥിരതാവളവു മുണ്ട്. തട്ടേക്കാട് കേന്ദ്രത്തെപ്പോലെ പൂർണ സാങ്ച്വരി പദവി ലഭിച്ചിട്ടുണ്ട്.

ചൂലനൂർ മയിൽ സങ്കേതം

പുതുതായി നിലവിൽ വന്ന ദേശീയ പക്ഷിയുടെ ഈ സംരക്ഷണ കേന്ദ്രം പാലക്കാട് ജില്ലയിലെ ചൂലനൂർ എന്ന സ്ഥലത്ത് സ്ഥിതിചെയ്യുന്നു.

ചീങ്കണ്ണി വളർത്തു കേന്ദ്രങ്ങൾ

കേരളത്തിലെ ചീങ്കണ്ണിവളർത്തു കേന്ദ്രങ്ങൾ നെയ്യാർ ഡാം പരി സരത്തും കോഴിക്കോട്ട് പെരുവണ്ണാമുഴിയിലും സ്ഥിതിചെയ്യുന്നു. ചതു പ്പിൽ വളരുന്നയിനം (മഗ്ഗർ) ചീങ്കണ്ണികൾക്കാണ് ഇവിടെ സംരക്ഷണം കിട്ടുന്നത്. കേരളത്തിൽ സ്വാഭാവിക ആവാസവ്യവസ്ഥകളിലൊന്നും ഇപ്പോൾ ഈ ജീവി ഇല്ല. ഒരിക്കൽ സാധാരണമായിരുന്ന ഒരു ജീവിക്ക് വളരെ പെട്ടെന്ന് വംശനാശം സംഭവിച്ചതിന് ഉദാഹരണമായി ചീങ്കണ്ണി യെ ഓർക്കാം. നെയ്യാർ കേന്ദ്ര ത്തിന് പ്രസിദ്ധ മുതല സംരക്ഷ കനായ സ്റ്റീവ്ഇർ വിന്റെ പേർ നൽ കിയിരിക്കുന്നു. ഇതിനുപുറമെ ചില പ്രത്യേക തരം സസ്യങ്ങ ളുടെ സംരക്ഷ ണത്തിനായുള്ള സങ്കേതങ്ങളും

നെയ്യാർ ഡാം പരിസരത്തെ ചീങ്കണ്ണിവളർത്തൽ കേന്ദ്രത്തിൽ നിന്ന്

ഇപ്പോൾ കേരളീയ വന്യപ്രകൃതിയിലുണ്ട്. പൊൻമുടിയിലെ ഓർക്കിഡ് പ്ലോട്ട്, ഇടുക്കിജില്ലയിലെ കോട്ടക്കമ്പ, വട്ടവട ഗ്രാമങ്ങളിലുള്ള നീലക്കുറിഞ്ഞി ഉദ്യാനം എന്നിവ ഉദാഹരണം. 12 വർഷത്തിലൊരിക്കൽ മാത്രം പൂക്കുന്ന നീലക്കുറിഞ്ഞി 'സ്ട്രോബീയാന്തസ് കുന്തിയാന' എന്ന ശാസ്ത്രപ്പേരിൽ അറിയപ്പെടുന്നു. കുറിഞ്ഞി ഉദ്യാനം 2006 ൽ നിലവിൽ വന്നു.

ഇതോടൊപ്പം കേരളത്തിലെ ഒരേയൊരു ബയോളജിക്കൽ പാർക്കായ അഗസ്ത്യവനം ബയോളജിക്കൽ പാർക്കിനെക്കുറിച്ചുകൂടി മനസിലാക്കുക. നെയ്യാർ വന്യജീവിസങ്കേതത്തിലെ അഗസ്ത്യകൂടത്തിനുചുറ്റും 23 ചതുരശ്ര കിലോമീറ്റർ പ്രദേശത്ത് ഇതു സ്ഥിതിചെയ്യുന്നു.

നീലിഗിരി ബയോസ്ഫിയർ റിസർവ്

വിശാലമായ ഒരു സ്വാഭാവിക ആവാസത്തിലെ മനുഷ്യരും മറ്റു ജീവികളും പരിസ്ഥിതിഘടകങ്ങളും തമ്മിലുള്ള പാരസ്പര്യത്തെക്കുറിച്ച് സൂക്ഷ്മമായി പഠിക്കാനും ജൈവവൈവിധ്യസംരക്ഷണം ഉറപ്പുവരുത്താനും ഉള്ള ബൃഹത്തായ പരിപാടി ബയോസ്ഫിയർ റിസർവ് പ്രോഗ്രാം എന്ന പേരിൽ അറിയപ്പെടുന്നു. സൈലന്റ്‌വാലി-നാഗർഹോളെ നാഷണൽ പാർക്കുകൾ, വയനാട്-മുതുമലൈ വന്യജീവിസംരക്ഷണ കേന്ദ്രങ്ങൾ, ബന്ദിപ്പൂർ കടുവ സംരക്ഷണകേന്ദ്രം, പാലക്കാട്-നിലമ്പൂർ വനമേഖലകൾ എന്നീ മേഖലകൾ ഉൾക്കൊള്ളുന്നതാണ് നീലഗിരി ബയൊ സ്ഫിയർ റിസർവ്. ഇന്ത്യയിലെ മറ്റു ബയൊ-റിസർവുകളെക്കുറിച്ച് യഥാവസരം സൂചിപ്പിച്ചിട്ടുണ്ട്. നീലഗിരി റിസർവിന് ഇന്ത്യയിൽ ആദ്യത്തേത് എന്ന സ്ഥാനമുണ്ട്.

കേരളത്തിലെ പതിനാറാമതു വന്യജീവി സങ്കേതമായി മലബാർ വന്യജീവിസങ്കേതം 2010 ആഗസ്ത് എട്ടിനു നിലവിൽ വന്നു. കുറ്റ്യാടി, കോരപ്പുഴ, കബനിനദികളുടെ വൃഷ്ടി പ്രദേശങ്ങളും കക്കയം, കുറ്റ്യാടി ബാണാസുരസാഗർ ജലസംഭരണികളും ഇതിൽ ഉൾപ്പെടും ആസ്ഥാനം പെരുവണ്ണാമുഴി. ഹരിതവനങ്ങളും ചോലവനങ്ങളും പുൽമേടുകളും നിറഞ്ഞ 74 ച കീ മി പ്രദേശം. ഫൈലാറ്റസ് ഓസ്ചലാൻഡ്രെ എന്നയിനം തവള ഇവിടെ മാത്രമുള്ള ഒരു തദ്ദേശി സ്പീഷിസാണ്.

കുന്നംകുളത്തെ കലശമല (തൃശൂർ) നിലമ്പൂരിലെ കനോളിതേക്കിൻതോട്ടം (മലപ്പുറം), കരിവെള്ളൂരിലെ പാലിയേരി മൂകാമ്പികകാവ് (കണ്ണൂർ) പാതിരാമണൽ (ആലപ്പുഴ) പെരുമ്പാവൂരിലെ ഇരിങ്ങോൾ കാവ് (എറണാകുളം) എന്നീ അഞ്ച് ആവാസവ്യവസ്ഥകളെ കേരള ബയോഡൈവേഴ്സിറ്റിബോഡ് ഹെരിറ്റേജ്സൈറ്റുകളായി പ്രഖ്യാപിക്കാൻ തീരുമാനിച്ചിട്ടുണ്ട്. കടുത്ത വംശനാശ ഭീഷണി നേരിടുന്ന സിസിജിയം ട്രാവർകൂറിക്കം എന്ന വൃക്ഷം കലശമലയിലും പശ്ചിമഘട്ടത്തിൽ മാത്രം കാണുന്ന മിരിസ്റ്റാക്ക ഫോട്ട എന്ന മരം പലിയേരിക്കാവിലുമുണ്ട്. പാതിരാമണൽ; പക്ഷികൾക്കും കണ്ടൽവനങ്ങൾക്കും പ്രസിദ്ധം. ഇരിങ്ങോൾ കാവ് അത്യപൂർവമായ ഒരു ജൈവവൈവിധ്യമേഖല. കനോളിയിലെ തേക്കിൻകാട് അതിന്റെ അപൂർവതയിൽ അനന്യം.

16

വന്യജീവികളെ സ്നേഹിച്ച മഹാരഥന്മാർ

വന്യജീവികളെ സ്നേഹിക്കാൻ ഇന്ന് എത്രയോ ആളുകൾ മുന്നി ട്ടിറങ്ങുന്നു. എത്രയോ സംഘടനകൾ അതിനുവേണ്ടി പ്രവർത്തിക്കുന്നു. സർക്കാരുകൾ കൈയയച്ച് പണം ചെലവഴിക്കുന്നു. എന്നാൽ ഒരു നൂറ്റാ ണ്ടുമുമ്പ് കാര്യങ്ങൾ ഇങ്ങനെയൊന്നുമല്ലായിരുന്നു. വേട്ട നിർബാധം നടന്നിരുന്നു. വെടിവെച്ചിട്ട മൃഗത്തിന്റെ തലയും തോലും നഖങ്ങളും വീടുകളിൽ പ്രദർശിപ്പിക്കുന്നത് അഭിമാനമായി കരുതിയിരുന്നു. ഇന്ന് ചിത്രം പാടേ മാറി. വന്യജീവി സംരക്ഷണ നിയമങ്ങൾ പലതും നിലവി ലുണ്ട്. സംരക്ഷിത ജീവികളെ ഉപദ്രവിക്കുന്നവർക്ക് ജയിൽ ശിക്ഷ കിട്ടും. ലാബുകളിൽ പഠനപ്രവർത്തനങ്ങൾക്കായി തവളകളെ കീറുന്നതു പോലും സംസ്കാരരാഹിത്യമായി വിലയിരുത്തപ്പെടുന്നു.

വന്യജീവി സംരക്ഷണത്തിനായി ജീവിതം ചിലവഴിച്ച പലരുടെയും പ്രവർത്തനങ്ങൾ ഈ മാറ്റങ്ങൾക്കു പിന്നിലുണ്ട്. വന്യജീവികളെല്ലാം നമ്മുടെ സഹജീവികളാണെന്നും ഇവയെ സ്നേഹിച്ചു പരിപാലിക്കേ ണ്ടത് നമ്മുടെ നിലനിൽപ്പിന്റെ തന്നെ പ്രശ്നമാണെന്നും ഇവർ പഠിപ്പി ച്ചുതന്നു. ഇന്ത്യക്കകത്തും പുറത്തും ഇത്തരം മഹാവ്യക്തികളുണ്ട്. അവ രിൽ ചിലരെ പരിചയപ്പെടാം.

ജിം കോർബറ്റ് (1875–1957)

ഉത്തരേന്ത്യയിൽ, പ്രത്യേകിച്ചും ഹിമാലയതടവാസികളായ ജന ങ്ങളിൽ, വന്യജീവിസ്നേഹം വളർത്താൻ മുന്നിട്ടിറങ്ങിയ ആദ്യത്തെ മനു ഷ്യനാണ് ഈ ബ്രിട്ടീഷുകാരൻ. ഇന്ത്യയിലെ നൈനിറ്റാളിൽ ജനിച്ചു. പേരുകേട്ട വേട്ടക്കാരനായിരുന്നു. നരഭോജികളായ കടുവകളേയും പുലി കളേയും കൊന്ന് പേരെടുത്തു.

കാട്ടുമൃഗങ്ങളെ കൊന്ന് പേരെ
ടുത്ത ഒരു മനുഷ്യനെ പ്രകൃതി
സ്നേഹി എന്നുവിളിക്കുന്നത്
വിരോധാഭാസമല്ലേ എന്നു സംശ
യം തോന്നാം. രുദ്രപ്രയാഗിലെ
ഘോരവനങ്ങൾ അക്കാലം പുലി
കളുടെയും നരികളുടെയും വിഹാ
രരംഗമായിരുന്നു. വയസൻ മൃഗ
ങ്ങൾ കാടിനുതൊട്ടുള്ള നാട്ടിൻപു
റങ്ങളിൽ റോന്തുചുറ്റും. കന്നുകാ
ലികളെ പിടിക്കും. വാർധക്യ
ത്തിന്റെ അവശതയിൽ മാനുക
ളെയും മറ്റും വേട്ടയാടാൻ പറ്റില്ല
ല്ലോ. സ്വാഭാവികമായും ഇവ മനു
ഷ്യരോട് ഏറ്റുമുട്ടും. മനുഷ്യരക്ത

ജിംകോർ ബെറ്റ്

ത്തിന്റെ രുചിയറിയും. മനുഷ്യനെ പിടിക്കാൻ കൂടുതൽ എളുപ്പമാണെന്നു
മനസിലാക്കും. കാട്ടുമൃഗങ്ങൾ നരഭോജികളായി മാറുന്നത് ഇങ്ങനെയൊ
ക്കെയാണ്. ആയിരത്തിലേറെ മനുഷ്യരെ കൊന്ന കടുവയും പുള്ളിപ്പു
ലിയും അക്കാലത്ത് ഉണ്ടായിരുന്നു എന്നു കേൾക്കുന്നു. കണക്ക് ചില
പ്പോൾ അതിശയോക്തിയാവാം. ഏതായാലും ഭയന്നു ജീവിച്ച ജനങ്ങൾ
ശിക്കാരിയായ കോർബറ്റിനെ ചെന്നു കണ്ടു. ഈ അസാമാന്യ ധീരൻ
മൃഗങ്ങളുടെ ഇരുപതടി അടുത്തുവരെ ചെന്ന് അവയെ വെടിവച്ചിട്ടു. ജീവി
ച്ചിരിക്കുമ്പോൾതന്നെ ഇതിഹാസമായി മാറുകയും ചെയ്തു.

കാടിന്റെ ഓരോ സ്പന്ദനവും അറിയുന്ന വ്യക്തിയായിരുന്നു ജിം
കോർബറ്റ്. വന്യമൃഗങ്ങളുടെ പെരുമാറ്റരീതികൾ അദ്ദേഹം സൂക്ഷ്മ
മായി പഠിച്ചു. നരഭോജികളോടു ചെയ്ത 'അപരാധ'ത്തിന്റെ പ്രായശ്ചിത്ത
മെന്നോണം അദ്ദേഹം നാട്ടിലിറങ്ങി വന്യജീവിസംരക്ഷണത്തിനായി
പ്രചാരണം നടത്തി. വിദ്യാലയങ്ങളിൽ ചെന്ന് കുട്ടികൾക്ക് ക്ലാസെടു
ത്തു. ഹിമാലയ പ്രാന്തങ്ങളിൽ അദ്ദേഹം നടത്തിയ ബോധവൽക്കരണം
വന്യജീവികളോടുള്ള മനോഭാവത്തിൽ വൻമാറ്റം വരുത്തി. പേടി
യിൽനിന്ന് വെറുപ്പ് ഉണ്ടാകുന്നു. സാധാരണ നാട്ടിൻപുറക്കാർ വന്യജീ
വികളെ ശത്രുക്കളായി പ്രഖ്യാപിച്ചത് പേടികൊണ്ടായിരുന്നു. കോർബ
റ്റിന്റെ പ്രവർത്തനം ഈ മനോഭാവത്തിൽ മാറ്റമുണ്ടാക്കി.

1934 ൽ ഹിമാലയ താഴ്‌വരയിലെ കുമായൂൺ എന്ന സ്ഥലത്ത്
അദ്ദേഹം ഒരു വന്യമൃഗസംരക്ഷണ പാർക്ക് സ്ഥാപിച്ചു. ഇത് ഹെയ്‌ലി
നാഷണൽ പാർക്ക് എന്ന പേരിൽ അറിയപ്പെട്ടു. ഇന്ത്യയിലെ ആദ്യത്തെ
നാഷണൽ പാർക്കാണിത്. കോർബറ്റിന്റെ മരണശേഷം 1957 മുതൽ അത്
കോർബറ്റ് നാഷണൽ പാർക്കായി അറിയപ്പെട്ടു. ഉത്തരാഞ്ചൽ സംസ്ഥാന
ത്താണത്.

സാധാരണ നാട്ടിൻപുറക്കാരോട് നന്നായി ഇടപഴകി ജീവിച്ച വ്യക്തി കൂടിയായിരുന്നു ജിം കോർബറ്റ്. ചെറു ചെറു നാട്ടുഭാഷകൾ പഠിച്ച് അദ്ദേഹം അവ മാതൃഭാഷയായി ഉപയോഗിക്കുന്നു. ജനങ്ങളോട് സംവ ദിച്ചു. എഴുത്തുകാരനെന്ന നിലയിലും വന്യജീവി ഫോട്ടോഗ്രാഫർ എന്ന നിലയിലും ഖ്യാതി നേടി. സഹോദരിയോടൊപ്പം ആഫ്രിക്കയിലെ കെനി യയിൽ താമസിക്കുമ്പോഴായിരുന്നു മരണം. *Man Eaters of Kumaon* എന്ന ഗ്രന്ഥം ലോക പ്രസിദ്ധമാണ്. *മൈ ഇന്ത്യ, ജങ്കിൾ ലോർ* എന്നിവ യാണ് മറ്റു കൃതികൾ.

ഹിമാലയത്തിൽ മന്ദാകിനീനദിയുടെ തീരത്ത് രുദ്രപ്രയാഗിൽ ചെന്നാൽ ജിം കോർബെറ്റിന്റെ സ്മാരകം കാണാം. അദ്ദേഹം ഒരു പുലിയെ വെടിവച്ചിട്ട സ്ഥലം അതിനടുത്താണ്. *രുദ്രപ്രയാഗിലെ നര ഭോജിയായ പുലി* (*The Man Eating Leopard of Rudraprayag*) എന്ന വിശ്രുത ഗ്രന്ഥം ഈ സംഭവത്തിന്റെ സ്മാരകമാണ്.

ജെറാൾഡ് ഡ്യൂറൽ (1922–1995)

കാടുകളിലും ലോകത്തെങ്ങുമുള്ള മറ്റ് പ്രധാന ആവാസങ്ങളിലും സഞ്ചരിച്ചു. ചെറുതെന്നോ വലുതെന്നോ നോക്കാതെ എല്ലാത്തരം വന്യ ജീവികളെക്കുറിച്ചും പഠിച്ചു. പലതിനേയും ലോകത്തിലെ പല മൃഗശാല കളിലും എത്തിച്ചു. പരിരക്ഷണം ആവശ്യമായവയെ പ്രത്യേകം സംര ക്ഷിച്ചു. ഇങ്ങനെ എല്ലാ നിലയ്ക്കും ലോകത്തിലെ ഏറ്റവും മികച്ച ഒരു വന്യജീവി സ്നേഹിയാണ് ജെറാൾഡ് ഡ്യൂറൽ. ഡ്യൂറലിന്റെ ഏതെ ങ്കിലും ഒരു പുസ്തകം കണ്ടെത്തി വായിച്ചു നോക്കൂ. ആരായാലും വന്യ ജീവികളെ ഇഷ്ടപ്പെട്ടു പോകും.

ഇന്ത്യയിലെ ജംഷെഡ്പൂരിൽ ജനിച്ചു. കോർബറ്റിനെപ്പോലെ ഇന്ത്യൻ പ്രകൃതിതന്നെയാ വണം ജറാൾഡിന്റെ വന്യ ജീവി കൗതുകത്തിനും പ്ര ചോദനമായത്. സ്കൂളിൽ പോകാൻ മടിച്ച ഈ കുട്ടി യെ അക്ഷരങ്ങളുടെ ലോക ത്തിലേക്ക് ആകർഷിച്ചു കൊണ്ടുപോയതുപോലും ജന്തുകഥകളായിരുന്നു.

രണ്ടാം ലോക മഹാ യുദ്ധകാലത്ത് ജെറാൾഡിന്റെ കുടുംബം ഇംഗ്ലണ്ടിലേക്കു താമസം മാറ്റി. അധികം താമസിയാതെ ആഫ്രിക്കയി ലേക്കു പോകാൻ അവസരം

ജെറാൾഡ് ഡ്യൂറൽ

ലഭിച്ചു. പിന്നീട് സ്വന്തമായി ഒരു മൃഗശാല തുറന്ന് തനിക്കിഷ്ടപ്പെട്ട ജന്തുക്കളെ സംരക്ഷിക്കാൻ തുടങ്ങി. ജന്തുപരിപാലനത്തിന് പണം കണ്ടെത്താൻ സ്വന്തം അനുഭവങ്ങൾ ഹൃദയസ്പൃക്കായി എഴുതി ആനു കാലികങ്ങൾക്കു നൽകി. ആഫ്രിക്കയിലെയും ലാറ്റിനമേരിക്കയിലെയും ഘോരവനങ്ങളിലെ ജന്തുവൈവിധ്യം അറിഞ്ഞും അനുഭവിച്ചും ജറാൾഡ് ലോകം ചുറ്റി.

കാട്ടിലെ സ്വാഭാവിക ആവാസവ്യവസ്ഥയ്ക്കിണങ്ങുംവിധം പാർക്കു കൾ ഉണ്ടാക്കി ജെറാൾഡ് മൃഗങ്ങളെ സംരക്ഷിക്കാൻ തുടങ്ങി. സാമ്പ്ര ദായിക മൃഗശാലകളിൽ നാശഭീഷണി നേരിടുന്ന ചില അപൂർവജന്തു ക്കളെ അങ്ങോട്ടു മാറ്റി പ്രജനനം ചെയ്തെടുത്തു. ജെഴ്സി സുവോളജി ക്കൽ പാർക്കായി ഈ കേന്ദ്രം അതിവേഗം വളർന്നു. അപൂർവ വന്യ ജീവികളുടെ പരിരക്ഷണ പ്രവർത്തനങ്ങൾക്ക് പേരെടുത്തു. വംശനാശ ഭീഷണിയുടെ വക്കിലായിരുന്ന കരീബിയൻ തത്തകളെ ഇവിടെയാണ് സംരക്ഷിച്ചത്. പിന്നീട് അവയുടെ സ്വാഭാവിക ആവാസത്തിൽ എത്തിച്ചു. മൗറീഷ്യസിലെ പിങ്ക് നിറമുള്ള പ്രാവ്, മഡഗാസ്കറിലെ മൗസ്‌ലെമൂർ, 'വാലു'ള്ള ആമ, ബ്രസീലിലെ സിംഹവാലൻ കരിങ്കുരങ്, വംശനാശം വന്നുവെന്നു സംശയിച്ച ഇഗ്വാന പല്ലി എന്നീ അപൂർവജീവികളുടെ ക്ഷേമ ത്തിന് വന്യജീവി സ്നേഹികൾ ജെറാൾഡ് ഡ്യൂറലിനോട് കടപ്പെട്ടിരി ക്കുന്നു.

ഒന്നാന്തരം ഒരു ഗ്രന്ഥകാരൻ കൂടിയാണ് ഇദ്ദേഹം. അപൂർവങ്ങ ളായ അനുഭവങ്ങൾ ഉന്മത്തവനം (*The Drunken Forest*), *ദ ഓവർ ലോഡ്സ് ആർക്ക്, മൈ ഫാമിലി ആന്റ് അദർ അനിമൽസ്* തുടങ്ങിയ പുസ്തകങ്ങളിൽ വായിക്കാം.

റൊമുലസ് വിറ്റേക്കർ

ബ്രിട്ടനിൽ ജനിച്ച് തെക്കേ ഇന്ത്യ സ്വന്തം നാടാക്കിയ പ്രകൃതി പഠി താവ്. അമ്പതോളം കൊല്ലങ്ങളായി തമിഴ്‌നാട്ടിൽ താമസിക്കുന്നു. മദി രാശി സ്നേയ്ക്ക്പാർക്ക് ഈ സാഹസികനുള്ള അനശ്വരമുദ്രയത്രെ. മദിരാശി ക്രോക്കഡിൽ ബാങ്കിന്റെ സ്ഥാപകനും വിറ്റേക്കർ തന്നെ.

ചെറുപ്പംതൊട്ടേ റൊമുലസിന് ചെറുജീവികളിലെല്ലാം താൽപര്യ മായിരുന്നു. വിളക്കുകൊളുത്തി പ്രാണികളെ ആകർഷിച്ച് നിരീക്ഷിച്ചു പഠിക്കും. പിന്നീട് പാമ്പുകളിൽ ആകൃഷ്ടനായി. തെക്കെ ഇന്ത്യയിലെ പാമ്പുകളെക്കുറിച്ചും മറ്റ് ജീവികളെക്കുറിച്ചും പത്രങ്ങളിൽ ധാരാളം എഴു തി. വിദ്യാർഥികളിലും സാധാരണക്കാരിലും വന്യജീവിസ്നേഹം വളർത്താൻ ഇതു കാരണമായി. ഒരുകാലത്ത് *ഇന്ത്യൻ എക്സ്പ്രസ്* ദിനപത്രത്തിൽ റൊമുലസ് എഴുതിയ ഇത്തരം ലേഖനങ്ങൾ തുടരെത്തു ടരെവരുമായിരുന്നു.

പാമ്പുപിടിയരായ 'ഇരുള'രുടെ ഇടയിലായി പിന്നീട് റൊമുലസിന്റെ ജീവിതം. പാമ്പിനെ പിടിച്ചും പ്രദർശിപ്പിച്ചും വിഷംകറന്ന് വിറ്റും

ജീവിതവൃത്തി കണ്ടെത്തുന്ന ഒരു കൂട്ടം ആദിവാസികളാണിവർ. ജീവിതത്തിന്റെ രണ്ടറ്റവും കൂട്ടിമുട്ടിക്കാൻ പാടുപെടുമ്പോൾ പാവം പാമ്പുകൾക്ക് ജീവഹാനി വരുന്നുണ്ടല്ലൊ എന്ന് റൊമുലസ് വിഷമിച്ചു. പാമ്പുകളെ ദ്രോഹിക്കാതെ തന്നെ അവയെ പ്രയോജനപ്പെടുത്താമല്ലൊ എന്നും കണ്ടെത്തി. ഇരുളർക്കൊപ്പം കൂടി അദ്ദേഹം അവർക്കു പ്രകൃതി വിദ്യാഭ്യാസം നൽകി. പാമ്പുവിഷം എടുത്ത് വിൽക്കുന്നതിനായി ഇരുളരുടെ സഹകരണസംഘം രൂപവൽക്കരിച്ചു. പാൽസൊസൈറ്റി പോലെ ഒരു വിഷം സൊസൈറ്റി.

റൊമുലസ് വിറ്റേക്കർ

ഇരുളർ സഹകരണസംഘത്തിന് നല്ല പുരോഗതിയുണ്ടായി. മുർഖൻ, വെള്ളിക്കെട്ടൻ തുടങ്ങിയ വിഷപ്പാമ്പുകളുടെ എണ്ണത്തിൽ വൻവർധനവുണ്ടായി. പാമ്പുകടിമരണം കുറഞ്ഞു. ഇരുളരുടെ ജീവിതനിലവാരം മെച്ചപ്പെട്ടു. സൊസൈറ്റിപ്രവർത്തനം ഇപ്പോൾ നാലു പതിറ്റാണ്ടു തികയ്ക്കാരാകുന്നു.

ഇപ്പോൾ കർണാടകത്തിലെ അഗുംബെ മഴക്കാട്ടിൽ രാജവെമ്പാലകൾക്കുവേണ്ടി വിപുലമായ സംരക്ഷണപദ്ധതി ഇദ്ദേഹത്തിന്റെ നേതൃത്വത്തിൽ തയാറായിരിക്കുന്നു. ലോകത്തിലെ ഏറ്റവും വലിയ വിഷപ്പാമ്പാണ് വെമ്പാലമൂർഖൻ. ഏറ്റവും സൗന്ദര്യമുള്ള പാമ്പും. പക്ഷേ, കടുത്ത വംശനാശ ഭീഷണിയിലാണ്. പശ്ചിമഘട്ടത്തിൽ കന്യാകുമാരി തൊട്ട് ഗോവ വരെയുള്ള പ്രദേശം ഇതിന്റെ ഏറ്റവും വലിയ ആവാസം. ഇതിനുപുറമെ അസാം, അരുണാചൽപ്രദേശ്, ബംഗാളിലെ സുന്ദർബൻസ്, അരുണാചൽ എന്നിവിടങ്ങളിലും ഉണ്ട്. എങ്കിലും രാജവെമ്പാല ഏറ്റവും കൂടുതൽ അഗുംബയിലാണെന്ന് റൊമുലസ് കരുതുന്നു. ഏറ്റവും മഴകിട്ടുന്ന പ്രദേശമാണിത്. തെക്കേ ഇന്ത്യയിലെ ചിറാപുഞ്ചി. വിറ്റേക്കറുടെ നേതൃത്വത്തിൽ രാജ്യത്തെ ആദ്യത്തെ കിങ്കോബോ സാങ്ച്വറി ഇവിടെ നിലവിൽ വന്നു കഴിഞ്ഞു.

1970 ൽ മദിരാശി സെനേയ്ക്കുപാർക്കിനുവേണ്ടി പാമ്പുകളെ തേടിയാണ് ഈ മലനാട്ടിൽ ആദ്യം കാലുകുത്തിയത്. കണ്ടപ്പഴേ ഇഷ്ടപ്പെട്ടു. പിന്നീട് തുടരെത്തുടരെ വന്നു. മാതാവിൽനിന്ന് ഒസ്യത്തായിക്കിട്ടിയ പണംകൊണ്ട് അഗുംബെയിൽ എട്ടേക്കർ ഭൂമി വാങ്ങിച്ചു. കുദ്രെമുഖ് ദേശീയ വന്യജീവി ഉദ്യാനത്തിന് അടുത്താണ് ഈ സ്ഥലം. ഒരു സംരക്ഷിതവനം. ഉയരം കുറഞ്ഞ കുന്നുകളിൽ മഴക്കാടുകൾ ഇപ്പോഴും അചുംബിതമായി നിലനിൽക്കുന്ന സ്ഥലം. 2005 ൽ കിട്ടിയ 30,000 പവന്റെ

വൈറ്റ്‌ലി അവാർഡുതുക ഉപയോഗിച്ച് പ്രവർത്തനം തുടങ്ങി. പരിര
ക്ഷണം മാത്രമല്ല, രാജവെമ്പാലകളുടെ ശരീരശാസ്ത്രവും വിശദമായി
പഠിക്കുന്നു. ഇവിടെ ജൈവവൈവിധ്യ വിവരം ശേഖരിക്കാൻ സൗകര്യ
മുണ്ട്, കാലാവസ്ഥാ പഠനമുണ്ട്. ഗവേഷണത്തിന് പലരും എത്തുന്നു.
നൂറോളം തവള സ്പീഷിസുകളെ തിരിച്ചറിഞ്ഞു കഴിഞ്ഞു. ഇവിടെ
എല്ലാം പരിസ്ഥിതിക്കിണങ്ങിയ രീതിയിലാണ്. എല്ലാവരും പരിസ്ഥിതി
യുടെ സുഹൃത്തുക്കൾ. സൗരോർജവും മൈക്രോ പദ്ധതിയും ഉപയോ
ഗിച്ച് കറണ്ട് ഉണ്ടാക്കുന്നു. പഠനസന്ദർശനങ്ങൾക്ക് സൗകര്യമുണ്ട്.
snakecatcher@yahoo.com എന്ന വിലാസത്തിൽ ഇ-മെയ്ൽ ചെയ്യാം.
അല്ലെങ്കിൽ 08181223081 എന്ന നമ്പറിൽ വിളിക്കാം.

സ്റ്റീവ് ഇർവിൻ (1962–2006)

ആനിമൽപ്ലാനറ്റ് കണ്ടവരാരും സ്റ്റീവ് ഇർവിനെ മറക്കില്ല. സാഹ
സികതയുടെ പര്യായമായിരുന്നു അകാലത്തിൽ പൊലിഞ്ഞ ആ ജീവി
തം. ഈ 'മുതലപിടിയൻ' ഒരു തിരണ്ടിയുടെ കുത്തേറ്റ് മരിച്ചു. 2006
സെപ്തംബർ 4 നായിരുന്നു സംഭവം. ഓസ്ട്രേലിയയിലെ ഗ്രെയ്റ്റ് ബാ
രിയർ റീഫിൽ (ശാന്തസമുദ്രം) സ്വയം നിർമിക്കുന്ന ഒരു വാർത്താചിത്ര
ത്തിനുവേണ്ടി സാഹസം കാട്ടുകയായിരുന്നു. ജൈവവൈവിധ്യത്തിന്റെ

അനർഘ ഖനിയാണ് ഈ
കടലിടമെന്നു പറയേണ്ടതി
ല്ല. ചുറ്റും തിരണ്ടികൾ പുള
യുന്നു. അതിലൊന്നിനെ ഇർ
വിൻ നീന്തിച്ചെന്നു തൊട്ടു.
അതൊരു കുത്തുന്ന തി
രണ്ടി (sting ray)യായിരുന്നു.
സ്റ്റീവ് ഇർവിൻ എന്ന അതി
സാഹസികന്റെ ജീവിതം
അവിടെ അവസാനിച്ചു.

കുട്ടിക്കാലംതൊട്ടേ
അതിസാഹസികനായിരുന്നു
ഇർവിൻ. കളിയെല്ലാം വിഷ
ജീവികളോടൊപ്പംതന്നെ.
ആസ്ട്രേലിയയിലെ എസ്സെ
ഡെൻ എന്ന സ്ഥലത്ത് ജന
നം. പട്ടിക്കും പൂച്ചയ്ക്കും
പകരം വന്യജീവികളെ പരി
പാലിച്ചുകൊണ്ട് ബാല്യം
പിന്നിട്ടു. ഇഴജീവികളോടായി
രുന്നു കൂടുതലടുപ്പം. പിതാ

സ്റ്റീവ് ഇർവിൻ

വിന്റെ സഹായത്തോടെ അവയ്ക്ക് ഒരു സംരക്ഷണാലയമുണ്ടാക്കുക പോലും ചെയ്തു. വളർന്നപ്പോൾ കൂടുതൽ കമ്പം മുതലകളോടും ചീങ്കണ്ണികളോടുമായി. എവിടെ മുതലശല്യമുണ്ടായാലും പാഞ്ഞെത്തും, പിടിക്കും. മുതലപിടിയൻ എന്ന പേർ സ്ഥിരീകൃതമായത് അങ്ങനെയാണ്. മുതലപിടിയനായി കുറേക്കാലം ക്വീൻസ് ലാന്റിൽ ജോലിയെടുക്കുകയും ചെയ്തു. ഈ രീതിയിൽ സ്വന്തമാക്കിയ അനേകം മുതലകളെ സ്വന്തം ചെലവിൽ വളർത്തി. അചിരേണ സാഹസികവിദ്യകളുമായി ചാനലുകളിൽ പ്രത്യക്ഷപ്പെട്ടു. ഇർവിൻ ദമ്പതികളുടെ ജീവിതം 'മുതലവേട്ടക്കാർ' എന്ന ടി വി ചിത്രത്തിലൂടെ ഏറെ പ്രസിദ്ധമായി. ഡിസ്കവറിചാനലിലും ആനിമൽപ്ലാനറ്റിലും സ്ഥിരമായി പ്രത്യക്ഷപ്പെട്ടു. ജന്തുക്കളെ തേടി ലോകമെങ്ങും സഞ്ചരിച്ചു. ഇന്ത്യയിലെ ഹിമാലയത്തിലും വന്നിട്ടുണ്ട്. ചൈനയിലെ യാങ്ട്സി നദിയിലും പോയിട്ടുണ്ട്. വംശനാശത്തിന്റെ വക്കിലെത്തിനിൽക്കുന്ന ജീവികൾക്കുവേണ്ടിയുള്ള പ്രചരണം ജീവിതലക്ഷ്യമാണെന്ന് പ്രഖ്യാപിക്കുകയും ചെയ്തു. കാക്കിനിക്കറിട്ട് ലോകം ചുറ്റിയ ഈ സാഹസികനെ ആർക്കുമറക്കാൻ കഴിയും? എല്ലാ അർഥത്തിലും വേറിട്ട ഒരു വന്യജീവി സ്നേഹിയായിരുന്നു ഇർവിൻ. നമ്മുടെ നെയ്യാറിലെ ചീങ്കണ്ണിപ്പാർക്കിന് സ്റ്റീവ്ഇർവിന്റെ പേരാണ് നൽകിയിട്ടുള്ളത് എന്ന് നേരത്തെ പറഞ്ഞല്ലോ.

ഏണസ്റ്റ് തോംപ്സൺ സെടൻ

ന്യൂമെക്സിക്കോയിലെ അതിവിദുരമായ ഒരുൾപ്രദേശം. 1893 ലെ ഒരു ദിവസം ദൂരെ കനഡയുടെ അതിർത്തിയിൽ താമസിക്കുന്ന ഏണസ്റ്റ് സെടന് ഒരു കുറിപ്പുകിട്ടി. ഇവിടെ കുരുത്തംകെട്ട ഒരു ചെന്നായ് ജനങ്ങളെ വട്ടംകറക്കുന്നു. വേഗം വന്ന് പിടിച്ച് ഞങ്ങളെ രക്ഷിക്കണം. സട്ടൺ അറിയപ്പെടുന്ന ചെന്നായ് പിടിത്തക്കാരനാണ്. അതാണ് തൊഴിൽ. ചെന്നായ്ക്കളെ എങ്ങനെ പിടിക്കാം എന്ന ശീർഷകത്തിൽ ലഘു പുസ്തകംപോലും രചിച്ചിട്ടുണ്ട്. ഒട്ടും സമയംകളയാതെ സെടൻ ഗ്രാമത്തിലെത്തി.

കിഴവൻ ലോബൊ എന്നാണ് ആ തെമ്മാടി ചെന്നായുടെ പേർ. കിഴവനൊന്നുമല്ലെങ്കിലും അങ്ങനെ വിളിക്കാനാണ് നാട്ടു

ഏണസ്റ്റ് തോംപ്സൺ സെടൻ

കാർക്കിഷ്ടം. മഹാവിരുതനാണെന്ന് സെടന് താമസിയാതെ ബോധ്യപ്പെ
ട്ടു. കെണിവച്ചു. വിഷം വച്ചു. തോക്കുനീട്ടി. ലോബൊ ഒന്നിലും വീഴു
ന്നില്ല. ചെന്നായ്ക്കൾ അങ്ങനെയാണത്രെ. നിങ്ങൾ സൂത്രം പ്രയോഗി
ക്കുന്നതിനനുസരിച്ച് അവയ്ക്ക് കൂടുതൽ വിദ്യാഭ്യാസം കിട്ടും. അപക
ടങ്ങളിൽനിന്ന് എങ്ങനെയെല്ലാം ഒഴിവാകാം എന്ന പാഠം പഠിക്കും.
സെടന് താമസംവിനാ അതു ബോധ്യപ്പെട്ടു. പതിനെട്ടടവും ചീറ്റിപ്പോ
യാൽ പിന്നെന്തു ചെയ്യും? പരാജയം സമ്മതിക്കാൻ പക്ഷേ, സെടൻ
തയാറായില്ല.

കിഴവൻ ലോബോവിന് ഒരു കാമുകിയുണ്ട്. ബ്ലാങ്ക. ബ്ലാങ്കയെ പിടി
ച്ചാൽ ലോബൊ വീഴും. അതുതന്നെ തന്ത്രം. ഒരുദിവസം അവളെ കൊന്ന്
ശരീരം വീട്ടിൽ എത്തിച്ച് സൂക്ഷിച്ചു. മണംപിടിച്ച് ലോബൊ എത്തുമെന്നു
കരുതി. പക്ഷേ, വന്നില്ല. അന്നുരാത്രി അവന്റെ ദീനദീനമായ നിലവിളി
കേട്ടു. ഒരു ജീവിതകാലത്തെ ദുഃഖം മുഴുവൻ അതിൽ ഉണ്ടായിരുന്നു.
ചെന്നു നോക്കിയപ്പോൾ താനൊരുക്കിയ കെണിയിൽ ലോബൊ വീണിരി
ക്കുന്നു. സെടൻ ബന്ധനസ്ഥനായ ലോബൊയുടെ ചിത്രമെടുത്തു. കുറേ
കഴിഞ്ഞ് എന്നെന്നേക്കുമായി അവന്റെ കണ്ണുകൾ അടഞ്ഞു.

1894 ജനുവരി 31 നായിരുന്നു ആ സംഭവം. മാസങ്ങൾ നീണ്ടുനിന്ന
പോരാട്ടം അവസാനിച്ചിരിക്കുന്നു. പക്ഷേ, ചെന്നായപിടിയന് എന്തെന്നി
ല്ലാത്ത ശൂന്യതാബോധം തോന്നി. ഇത്രയും ധീരനും ബുദ്ധിമാനുമായ
ലോബൊയെ താൻ കൊന്നതെന്തിന്? നിരപരാധിയായ ബ്ലാങ്കയെ
എന്തിനു കശാപ്പു ചെയ്തു? ഏൺസ്റ്റ് തോംപ്സൺ സെട്ടൺ ഒരു പുതിയ
മനുഷ്യനാറുകയായിരുന്നു. അയാൾ തന്റെ തൊഴിൽ ഉപേക്ഷിച്ചു. ഒരി
ക്കലും കൊല്ലില്ലെന്ന് ശപഥം ചെയ്തു. വന്യജീവി പരിരക്ഷണം ജീവിത
വ്രതമായി ഏറ്റെടുത്തു. ന്യൂയോർക്കിൽ സ്ഥിരതാമസമാക്കി. ലൊബൊ
യുടെ കദനകഥ എഴുതി പ്രസിദ്ധീകരിച്ചു. *എനിക്കറിയാവുന്ന വന്യമൃഗ
ങ്ങൾ* എന്ന വിശ്രുത ഗ്രന്ഥം കിഴവൻ ലോബൊയുടെ കഥയിൽ ആരംഭി
ക്കുന്നു. വടക്കെ അമേരിക്കയിൽ വന്യജീവി സംരക്ഷണ കേന്ദ്രങ്ങളുടെ
ഒരു വ്യവസ്ഥതന്നെ പടുത്തുയർത്തുന്നതിൽ അദ്ദേഹം മുഖ്യ പങ്കു
വഹിച്ചു.

മേജർ എറാഡ് ക്ലിഫ് ഡഗ്മൂർ

തോക്ക് വലിച്ചെറിഞ്ഞ് ക്യാമറ കൈയിലെടുത്ത് വന്യജീവികളെ
'വെടിവച്ച' അസാധാരണ വ്യക്തിയാണ് ഈ ഇംഗ്ലീഷുകാരൻ. വന്യ
ജീവി ഫോട്ടോഗ്രാഫിയുടെ ആദ്യനാളുകൾ മേജറെപ്പോലുള്ളവരിൽനിന്ന്
ആരംഭിക്കുന്നു. പൂർവ ആഫ്രിക്കയിലെ ഘോരവനങ്ങളിൽ കടന്ന്
സിംഹം, റിനൊ തുടങ്ങിയ വൻ മൃഗങ്ങളുടെ ഫോട്ടോകൾ എടുത്ത്
അദ്ദേഹം ലോകത്തെ ഞെട്ടിച്ചു. ദിവസങ്ങളോളം നീണ്ടുനിന്ന സാഹ
സികതയുടെ പരിണതിയായിരുന്നു ഡഗ്മൂർ എടുത്ത ഓരോ ഛായാചി
ത്രവും. കലിമൂത്ത് കുത്താൻ ആഞ്ഞടുക്കുന്ന ഒരു റിനൊയുടെ ഫോട്ടോ

എടുക്കാൻ തോന്നി ഒരിക്കൽ. നാളുകൾ ചെല്ലുന്തോറും അത് അടക്കി വെക്കാനാവാത്ത അഭിനിവേശമായി മാറി. രണ്ടും കൽപ്പിച്ച് കാട്ടിലെത്തി. കുത്താൻ വക്കുന്ന ഒരു റിനൊ അത്യന്തം അപകടകാരിയാണ്. എന്നാൽ റാഡ്ക്ലിഫ് അതു പ്രശ്നമാക്കിയില്ല. പല സൂത്രങ്ങളും ഉപയോഗിച്ച് റിനൊവിനെ പ്രകോപിപ്പിച്ച് ചിത്രമെടുത്തു. തലനാരിഴയുടെ വ്യത്യാസത്തിനാണ് അന്ന് രക്ഷപ്പെട്ടത്.

ഫോട്ടോഗ്രാഫിയുടെ ആദ്യകാലമായിരുന്നു. നല്ല ക്യാമറകൾ ലഭ്യമായിരുന്നില്ല. അതുകൊണ്ട് തനിക്കാവശ്യമായ രീതിയിൽ ക്യാമറകൾ സ്വയം പരിഷ്കരിക്കേണ്ടിവന്നു. അങ്ങനെ ക്യാമറാ എഞ്ചിനീയറിങ്ങിലും താനൊരു വിദഗ്ധനാണെന്ന് തെളിയിച്ചു.

എല്ലാ ഇംഗ്ലീഷുകാരേയുംപോലെ മൃഗവേട്ടയിലായിരുന്നു റാഡ്ക്ലിഫ് ഡഗ്മൂറിനും കമ്പം. ഒരുപാടു മൃഗങ്ങളെ വെടിവച്ചിട്ടു. അതിന്റെ സ്മാരകങ്ങൾകൊണ്ട് വീടു നിറഞ്ഞു. അങ്ങനെയിരിക്കെ നിസ്സഹായരായ സാധുമൃഗങ്ങളെ വെടിവെച്ചു കൊല്ലുന്നത് ധീരതയല്ലെന്ന് തോന്നാൻ തുടങ്ങി. അങ്ങനെ വേട്ടയോടു വിരക്തി തോന്നി. പക്ഷേ, കാടിന്റെ വിളി കേൾക്കാതിരിക്കാനും വയ്യ. അത്രമേൽ ആകർഷകമായിരുന്നു അതിന്റെ സൗന്ദര്യവും വൈവിധ്യവും. അങ്ങനെ കാടിനോടുള്ള ബന്ധം വിടാതിരിക്കാനാണ് ഫോട്ടോഗ്രഫിയിലേക്കു തിരിഞ്ഞത്. ലോകപ്രശസ്തനായ ഒരു ആദ്യകാല വന്യജീവി ഫോട്ടോഗ്രാഫർ അതുമൂലമുണ്ടായി.

ലോക പ്രശസ്ത പക്ഷിനിരീക്ഷകനായ ഡോ. സാലിം അലി, കേരളത്തിലെ പക്ഷികളെക്കുറിച്ച് എക്കാലത്തേയും മികച്ച ഗ്രന്ഥമെഴുതിയ ഇന്ദുചൂഡൻ (കെ കെ നീലകണ്ഠൻ) എന്നിവരെക്കുറിച്ച് ഇവിടെ പ്രത്യേകം എടുത്തുപറയാത്തത് രണ്ടുപേരും നമുക്ക് എത്രയും സുപരിചിതരായതുകൊണ്ടാണ്. സുരേഷ് ഇളമൺ പി സുശാന്ത്, അബ്ദുള്ള പാലേരി തുടങ്ങിയുള്ള പുതിയ തലമുറയിൽപ്പെട്ട നീരീക്ഷകർ പക്ഷികളെക്കുറിച്ചും ചിത്രശലഭങ്ങളെക്കുറിച്ചും അവബോധം വളർത്തുന്നതിൽ മുൻപന്തിയിലാണ്. ഇത്തരം പഠനങ്ങൾ ഇപ്പോൾ കേരളത്തിന്റെ എല്ലാ ഭാഗങ്ങളിലും നടന്നുവരുന്നു. പ്രകൃതി നിരീക്ഷണത്തിലും പഠനത്തിലും താൽപ്പര്യമുള്ളവർ കൂടുതൽ കൂടുലായി ഉണ്ടായിക്കൊണ്ടിരിക്കുന്നു എന്നാണ് ഇതെല്ലാം സൂചിപ്പിക്കുന്നത്.

ജീവമണ്ഡലത്തിലെ കോടാനുകോടി സ്പീഷിസുകളിൽ ഒരുമാത്രമാണ് മനുഷ്യനെന്ന് ഒരിക്കൽ കൂടി ഓർക്കാം. പരിണാമ ശ്രേണിയിൽ ഏറ്റവും ഉന്നതസ്ഥാനത്ത് നിൽക്കുന്നതു തീർച്ചയായും നമ്മൾ തന്നെയാണ്. എന്നുവച്ച് ഒരു സ്പീഷിസ് മാത്രം പുരോഗമിച്ച് പുരോഗമിച്ച് മറ്റെല്ലാറ്റിനും സർവനാശമുണ്ടാക്കുന്ന സാഹചര്യം ആത്യന്തികമായി നമുക്കുതന്നെ വിനാശകരമായിത്തീരും